தொலைந்து போனவர்கள்

தொலைந்து போனவர்கள்

சா. கந்தசாமி (1940–2020)

தஞ்சை மாவட்டம் மயிலாடுதுறையில் பிறந்தார். 25ஆவது வயதில் 'சாயாவனம்' நாவலை எழுதினார். இந்நாவல் 1969இல் வெளிவந்தது. 150க்கும் மேற்பட்ட சிறுகதைகளையும் 11 நாவல்களையும் எழுதியிருக்கிறார். நுண்கலைகள், ஆவணப் படங்களில் ஆர்வம் கொண்டவர். சுடுமண் சிலைகள் பற்றிய இவரது ஆவணப் படம் சர்வதேச விருது பெற்றது. 'சாயாவனம்', 'சூரிய வம்சம்', 'விசாரணைக் கமிஷன்' ஆகிய நூல்கள் ஆங்கிலத்திலும் பல இந்திய மொழிகளிலும் மொழிபெயர்க்கப்பட்டுள்ளன. 'விசாரணைக் கமிஷன்' நாவலுக்காக 1998இல் சாகித்திய அகாதெமி விருது வழங்கப்பட்டது.

சா. கந்தசாமியின் பிற நூல்கள்
[காலச்சுவடு வெளியீடு]

- சாயாவனம் (கிளாசிக் நாவல்)
- அவன் ஆனது (கிளாசிக் நாவல்)
- தக்கையின் மீது நான்கு கண்கள் (முதல் சிறுகதைத் தொகுதி)

சா. கந்தசாமி

தொலைந்து போனவர்கள்

காலச்சுவடு பதிப்பகம்

அன்பார்ந்த வாசகருக்கு,

வணக்கம்.

காலச்சுவடு நூலை வாங்கியமைக்கு நன்றி.

நூலின் உள்ளடக்கம், உருவாக்கம், அட்டைப்படம் இன்ன பிற அம்சங்கள் பற்றிய உங்கள் கருத்துகளையும் ஆலோசனைகளையும் காலச்சுவடு வரவேற்கிறது. தகவல், எழுத்து, வாக்கியப் பிழைகள் தென்பட்டால் கட்டாயம் தெரிவித்து உதவுங்கள். நூல் தயாரிப்பில் கடும் குறைபாடு இருப்பின் மாற்றுப் பிரதி உங்களுக்குக் கிடைக்கக் காலச்சுவடு ஏற்பாடு செய்யும்.

மின்னஞ்சல்: **publisher@kalachuvadu.com**

காலச்சுவடு நாகர்கோவில் அலுவலகத்திற்குக் கடிதம் அனுப்பலாம்.

தங்கள்
எஸ்.ஆர். சுந்தரம் (கண்ணன்)
பதிப்பாளர் – நிர்வாக இயக்குநர்

தொலைந்து போனவர்கள் ♦ நாவல் ♦ ஆசிரியர்: சா. கந்தசாமி ♦ © K. ரோகிணி, K. சரவணன், T. தமிழ்செல்வி, K. முரளிதரன் ♦ முதல் பதிப்பு: ஜூலை 1983 ♦ காலச்சுவடு முதல் பதிப்பு: டிசம்பர் 2023 ♦ வெளியீடு: காலச்சுவடு பப்ளிகேஷன்ஸ் (பி) லிட்., 669, கே.பி. சாலை, நாகர்கோவில் 629001

காலச்சுவடு பதிப்பக வெளியீடு: 1250

tolaintu poonavarkaL ♦ Novel ♦ Author: Sa. Kandasamy ♦ © K. Rohini, K. Saravanan, T. Tamilselvi, K. Muralidharan ♦ Language: Tamil ♦ First Edition: July 1983 ♦ Kalachuvadu First Edition: December 2023 ♦ Size: Demy 1 x 8 ♦ Paper: 18.6 kg maplitho ♦ Pages: 168

Published by Kalachuvadu Publications Pvt. Ltd., 669, K.P. Road, Nagercoil 629001, India ♦ Phone: 91-4652-278525 ♦ e-mail: publications@kalachuvadu.com ♦ Printed at Mani Offset, Chennai 600077

ISBN: 978-81-19034-99-4

12/2023/S.No. 1250, kcp 4803, 18.6 (1) 9ss

முன்னுரை

பால்ய காலத்திலிருந்து பிற்காலத்துக்கு நீண்ட பாதையில் ஓரிடத்தில் இருக்கும் ஒரு மனிதன் தன் பால்ய காலத்துத் தொடர்புகளை ஒன்றுபடுத்த முயல்கிறான். உடன் வருகிறவர்களை எப்படியாவது பின்னுக்குத் தள்ளிவருவதையே பெரிய சாதனை யாகக்கொண்டிருப்பவர்களின் உலகில் இந்த மனிதனின் செயல் அதீதமானது. தானே அழைக்கப்பட வேண்டிய மனிதர்கள் அனைவரையும் கண்டு பிடித்துத் தன் இருப்பிடத்துக்கு ஒருநாள் வரும்படி செய்வது எளிதான காரியமாக மேல் பார்வையில் தோன்றினாலும் அது கைகூடாமல் போய்விடுகிறது.

யார் அது?

யாருடைய முகம் அது? கனவில் வந்ததுபோலக் காட்சி அளித்து மறைந்த முகம் யாருடையது?

இப்படித் தொடக்கத்தில் யதேச்சையாக உண்டான உலகம்,

'ச்சீ வாயை மூடு' என்று இறுதியில் குலைந்து வருகிறது. அழிந்துபோன உலகத்தின் எஞ்சிய சில கயிறுகளைப் பற்றி இழுப்பதின் மூலம் அதை மீண்டும் பற்றிக்கொண்டுவிட முடியாது என்பது அந்த மனிதனுக்கு இறுதியில்தான் தெரிகிறது.

வாழ்க்கைப் பாதையில் அவனது நண்பர்கள் மீட்க முடியாதபடி தொலைந்து போய்விடுகிறார்கள். அவர்களை அவன் பார்க்கலாம்; உரையாடலாம். ஆனால் அவர்களை ஒன்று சேர்த்து முன்பு இழந்த

உலகத்தை மீண்டும் கட்டிவிட முடியாது. அவர்கள் தொலைந்து போய்விட்டார்கள்.

எங்கே, எப்படி என்று நுட்பமாகக் கூறுகிறது நாவல். நாவலின் தலைப்பு தொலைந்து போனவர்கள் என்றாலும் நாவலில் பால்யகால பவித்திரமான அன்பை ஆவலுடன் காணத் தேடும் அதீத எண்ணத்தைக் கொண்ட தாமோதரனின் 'மனம்' தான் தெரியப்படுவதாகத் தோன்றுகிறது.

அண்மையில் வெளிவந்துள்ள நாவல்களில் ஒரு திருப்புமுனை கண்டிருப்பது கந்தசாமியின் 'அவன் ஆனது'. அவ்வாறே 'தொலைந்து போனவர்க'ளும் அமைந்திருக்கிறது.

எளிய நடை; கூடிய மட்டிலும் குறைவாக எழுதும் இயல்பு. தான் வியக்காமல் பாத்திரங்களைப் படைக்கும் திறமை. மனோபாபங்களாலான மனிதர்களைப் புலப்படுத்தும் கதை–இவை கந்தசாமியின் எழுத்துகளில் காணப்படும் அம்சங்களாகும்.

ஞானக்கூத்தன்

1

தாமோதரன் காரை நிறுத்திவிட்டுத் தலையை வெளியே நீட்டிப் பார்த்தான். சாலையின் இரண்டு பக்கங்களிலும் கூட்டம். வேடிக்கை பார்க்கும் கூட்டம். ஆண்கள், பெண்கள், சிறுவர்கள் என்று வித்தியாசம் இல்லாமல் ஒன்றாக நின்றுகொண்டிருந்தார்கள். அவன் கூட்டத்தைக் கடந்து சாலையில் புகுந்து வலது பக்கமாகத் திரும்பிப் போக வேண்டும். ஆனால் இப்போது போக முடியாது போல இருந்தது. பின்னால் பார்த்தான். கைவண்டி, ரிக்ஷா, அப்புறம் ஒரு கார்; அதற்குப் பின்னால் ஆட்டோ.

காரை விட்டு இறங்கி முன்னே வந்து சாலையை நோட்டமிட்டான். ஊர்வலம்! பெரிய ஊர்வலம்! கரத்தில் செங்கொடி தாங்கிக் கத்தி முழங்கிக் கொண்டு வந்தது. ஏற்ற இறக்கத்துடன் கூடிய குரல்! ஒன்றைத் தொடர்ந்து இன்னொன்றாய் முடிவே இல்லாததுபோல இருந்தது. சப்தத்தில் கவரப்பட்டவன் இன்னும் முன்னே சென்றான்.

ஊர்வலத்தில் வந்த ஒவ்வொருவரும் களைத்துச் சோர்ந்திருந்தார்கள். வியர்வை நெற்றியிலிருந்து வழிந்துகொண்டிருந்தது. மேல் சட்டை முன்னாலும் நனைந்திருந்தது. நெடுந்தூரத்திலிருந்து நடந்து வருகிறார்கள்போலும் என நினைத்தான். அவர்களுக்கு என்ன கஷ்டமோ என்று சொல்லிக் கொண்டான். மனத்தில் இரக்கம் சுரந்தது. கையைத் திருப்பி மணியைப் பார்த்தான். மணி ஐந்தரை; ஆனாலும் வெய்யில் அடங்கவில்லை.

பையில் கைவிட்டுக் கைக்குட்டையை எடுத்து முகத்தை அழுத்தித் துடைத்துக்கொண்டான். என்றைக்கும் இல்லாமல் இன்று ரொம்பதான் வியர்ப்பதுபோல இருந்தது. மறுபடியும் முகத்தைத்

துடைத்துக் கொண்டு காலையெடுத்து முன்னே வைத்தான். செருப்புக்கால், கூட்டத்தை வேடிக்கை பார்த்துக்கொண்டிருந்த ஒருவனை மிதித்து விட்டது. அவன் அவசர அவசரமாக இவனைப் பிடித்துத் தள்ளிவிட்டான்.

"சாரி!" தாமோதரன் பின்னுக்கு நகர்ந்துகொண்டான்.

சாலையில் சென்ற ஊர்வலத்திலிருந்து பெரிதாக சப்தம் கேட்டது! சிவப்புச் சீருடை அணிந்த இருவர் பெரிய பானரைத் தூக்கிக்கொண்டு முன்னே சென்றார்கள். அதன் கீழே ஒரு கூட்டம். ஏழெட்டுப் பேர். முக்கியமானவர்கள்போலும். தோளில் துண்டும் கக்கத்தில் டைரியுமாக நடந்தார்கள்.

தாமோதரனுக்கு வேடிக்கை பார்த்தது போதும் என்று பட்டது. ஊர்வலம் முடிந்து கார் செல்ல வழி கிடைக்குமா என்று தலையை நீட்டிப் பார்த்தான்.

கொடிகள், கோஷங்கள், ஆட்கள். மறுபடியும் மறுபடியும் முடிவே இல்லாததுபோல இருந்தது. அவனுக்கு அவசரமான வேலை இருந்தது. அதை அவசர அவசரமாக முடித்துக்கொண்டு ஒர்க்ஷாப்பிற்குப் போகவேண்டும். இக்பால் சாயபு கார் கிடக்கிறது. அதை டெலிவரி கொடுக்க வேண்டும். நேற்றே டெலிவரி கொடுத்திருக்க வேண்டிய கார். தவறிப் போய்விட்டது. அவன் ஒர்க்ஷாப்பில் அதெல்லாம் நேராது. சொன்னால் சொன்ன நேரத்தில் டெலிவரி எடுத்துக்கொண்டு போகலாம். பதினோரு ஆண்டுகளாக அதை ஸ்தாபித்து வைத்திருக்கிறான். இன்று தவறிவிட்டது. அதைத் தொடரவிடக் கூடாது. தப்பை நிவர்த்தி செய்ய வேண்டும்.

தாமோதரன் திரும்பினான். சிவப்புச் சட்டை போட்டுக் கொண்டு ஊர்வலத்தில் சென்ற முகமொன்று கண்ணில் பட்டது. திரும்பிய இவன் நின்று பார்த்தான். அதற்குள் அந்த முகத்திற்குரியவன் முன்னே சென்றுவிட்டான். ஆனால் அது அறிமுகமான முகம்போல இருந்தது.

யார் அது?

யாருடைய முகம் அது? கனவில் வந்ததுபோலக் காட்சியளித்து மறைந்த முகம் யாருடையது?

யோசிக்க யோசிக்கப் பல பெயர்களும் பல முகங்களும் மனத்தில் ஊர்ந்து சென்றன. ஒரு முகம்கூடத் தங்கி நிலைக்க வில்லை. ஊர்வலத்தில் சென்ற அந்த முகத்தை இன்னொரு முறை பார்த்துவிட ஆசை கொண்டான். அதன் பொருட்டு முன்னே காலடி எடுத்து வைத்தான்.

சிறிது தூரம் சென்றதும் பெண்கள் கூட்டமாக நின்று கொண்டிருந்தார்கள். அவர்களோடு சிறுவர்கள், குழந்தைகள் அழுதுகொண்டும் வேடிக்கை பார்த்துக்கொண்டும் இருந்தன. இந்தக் கூட்டத்தைத் தாண்டி முன்னே செல்ல அவனுக்கு வழியெதுவும் தென்படவில்லை. கீழே இறங்கலாம் என்று சாலையில் கால் வைத்தான்.

"மேல போ" கையில் இருந்த கம்பை முன்னே நீட்டிப் போலீஸ்காரன் விரட்டினான்.

"இல்ல–"

"மேல ஏறு"

தாமோதரன் மேலே ஏறி நின்றான். பார்வை சாலையில் படர்ந்தது. ஊர்வலம் சைக்கிளாக மாறியிருந்தது. இரண்டு இரண்டு சைக்கிள்கள் கொடி தாங்கி ஊர்ந்துகொண்டிருந்தன. இவ்வளவு மெதுவாக சைக்கிள் விட முடியுமா என்று நினைத்தான். உடனே அந்த நினைவு புரண்டது.

சிவப்புச் சட்டையில் கண்ட முகம்! களைத்துச் சோர்ந்த முகம்! கையை மேலே தூக்கிக் குரல் கொடுக்கும் முகம்!

அது யாருடைய முகம்? தன்னையே கேட்டுக்கொண்டான். அவனால் நிற்க முடியவில்லை. வேகமாகப் பின்னால் சென்று காரில் ஏறி உட்கார்ந்தான். காருக்குப் பின்னால் நின்ற வாகன மெல்லாம் போய்விட்டன. ஆனால் முன்னால் ஒரு ரிக்ஷா இருந்தது. இரண்டு முறை விட்டு விட்டு ஹாரன் அடித்தான்.

ஊர்வலத்தை வேடிக்கை பார்த்துக்கொண்டிருந்தவன் முன்னே வந்து ரிக்ஷாவை ஒரு பக்கமாகத் தள்ளிக்கொண்டு போனான். கொஞ்சம் வழி கிடைத்தது. கார் போக அது காணாதுதான். ஆனால் அவன் பரபரத்தான். எப்படியும் நுழைந்து போய்விட வேண்டும் என்ற எண்ணத்தோடு காரை எடுத்தான். மெதுவாக ஓடித்துத் திரும்பினான். கார் நேர்சாலையில் செல்ல ஆரம்பித்தது. மனத்தில் ஊர்வலத்தில் கண்ட முகம் தெளிவில்லாது வந்து வந்து சென்றது.

யார் அது?

அது யாருடைய முகம்... கார் ஒரு திருப்பத்தில் பள்ளத்தில் விழுந்து ஏறியது. பிரேக்கை அழுத்தி காரின் வேகத்தைக் குறைத்தான். பால்யம் நினைவில் கட்டுப்பட்டது. தலையைப் பரபரவென்று அசைத்துக்கொண்டான்.

சங்கரன்!

சங்கரன், நீயா அது?

தாமோதரன் காரின் ஆக்ஸிலேட்டரை அழுத்தி மிதித்தான்.

சங்கர், உன்னை எத்தனை வருஷத்துக்கு அப்புறம் பார்க்கறேன். உன்னை இங்க பார்ப்பேன்னு நினைக்கவே இல்லை. ரொம்ப ஆச்சரியமாதான் இருக்கு.

கார் வேகம் எடுத்தது. சாதாரணமாக தாமோதரன் வேகமாக கார் ஓட்ட மாட்டான். ஆனால் இன்று அதை மீறினான். மகிழ்ச்சி அவனை வேகம் கொள்ள வைத்தது. அதில் கரைந்து போனவன் போல சென்றான். சிறிது தூரம் சென்றதும் ஒரு சந்தேகம்! அது சங்கரனாக இருக்காதோ? சந்தோஷத்தைக் கொல்வதுபோல இருந்தது அது. தலையை அசைத்துக்கொண்டான். நினைவின் சிறகுகள் நீண்டன! படபடவென்று அடித்துக்கொண்டன!

பள்ளிக்கூடத்தில் தாமோதரன் பக்கத்தில்தான் சங்கரன்; இரண்டு பேருக்கும் ஒரே பெஞ்சு. மூன்றாவது பெஞ்சு. தலையை ஒரு பக்கமாகச் சாய்த்துக்கொண்டு அவன் எழுதுவான். ஆனால் கையெழுத்து நேராக இருக்கும். எத்தனை வேகமாக எழுதினாலும் சரி. அது சிதைந்தே போகாது. ஆனால் தாமோதரன் கையெழுத்து அப்படி இல்லை. கோணலும் மாணலுமாக இருக்கும். அதில் எழுத்துப் பிழைகள் வேறு! அவன் எழுத்தைப் படிப்பது அவனுக்குக் கூடச் சிரமமாக இருக்கும்!

சங்கரன் கையெழுத்தில் பள்ளிக்கூடத்தில் முதல். அவன் எழுதினால் அச்சு எழுத்து மாதிரி இருக்கும். படம்கூடப் போடுவான். படம் நன்றாக இருக்கும். அவன் நோட்டில் எல்லாம் படம் இருக்கும். கோயிலில் பார்க்கும் படங்கள்; சுவாமி படங்கள். அப்புறம் தாமரைப் பூ, அல்லிப்பூ. ரப் நோட்டில் மட்டும் சினிமா படம் போடுவான். எல்லோரும் அவனைச் சினிமா படம்தான் போட்டுத் தரச் சொல்லி நோட்டை நீட்டுவார்கள். ஆனால் சுவாமி படம் போட்டு ஒரு சினிமா பேரை எழுதிவிடுவான். நோட்டை கொடுத்தவர்கள் ஒன்றும் பேசாமல் வாங்கிக்கொண்டு போய் விடுவார்கள். சுவாமி படம் அவனுக்கு எப்போதும் அழகாக வரும். இவன் நோட்டில்தான் நிறைய படம் போட்டிருக்கிறான். தேர்வின்போது கேள்வியெல்லாம் குறித்துப் பதிலும் எழுதித் தருவான். அதில் பத்துக்கு ஐந்தாறு எப்படியும் வந்துவிடும்! ஆனால் தாமோதரனுக்கு எழுத வராது. பாதியிலேயே மறந்து போய்விடும். ஒரோர் சமயம் இத்தனை வகுப்புகள் தாண்டி பத்தாவது வந்ததே ஆச்சரியம் போலத்தான் தோன்றும். சங்கரன்

இல்லாவிட்டால் அது சாத்தியம் இல்லையோ என்று ஒரு சமயம் நினைத்துக்கொள்ளுவான்.

இவனோடு படித்தவர்களில் சங்கரனும் வேணு கோபாலுந்தான் பாஸ். இவன் ஃபெயில், ராமசாமி ஃபெயில். பத்தாம் வகுப்பில் ஃபெயில் ஆனதை ராமசாமிதான் வந்து சொன்னான். அது நினைவில் இருக்கிறது. அது ஒரு புதன் கிழமை மாலைப்பொழுது. பூவரசு மரத்தில் உட்கார்ந்து மோர்சிங் அடித்துக்கொண்டிருந்தான். அதுகூட சங்கரன் கொடுத்தது தான். நாக்கு மாட்டிக்கொள்ளாமல் மோர்சிங் அடிக்க அவன்தான் கற்றுக் கொடுத்தான். இவனுக்குக் கற்றுக் கொடுத்துவிட்டு ராமசாமிக்குக் கற்றுக் கொடுத்தான். அவனுக்கு நாக்கு வெட்டுப் பட்டுவிட்டது. எனவே தனக்கு வேண்டாம் என்று சொல்லி விட்டான்.

இவன் தன்னைவிட நன்றாக மோர்சிங் வாசிப்பது மாதிரி சங்கரனுக்குப் பட்டது. எனவே நீயே ரெண்டு நாளைக்கு வச்சிக்க என்று கொடுத்தான். ஒருமுறை கொடுத்தால் அவ்வளவுதான் அப்புறம் கேட்க மாட்டான். மோர்சிங் பட்டணத்தில் இருந்து யாரோ அவனுக்கு வாங்கி வந்து தந்தது. தானமாக வந்ததை தானம் பண்ணி விடுவான். சங்கரன் குணமே அதுதான்!

ராமசாமி பூவரசு மரத்தடியில் சைக்கிளைவிட்டுக் கீழே இறங்கினான்! கீழே இறங்கிய அதே வேகத்தில் சைக்கிளை ஸ்டாண்ட் போட்டு நிறுத்திவிட்டு "என்ன தாமு, மோர்சிங் அடிக்கற" என்றான்.

தாமோதரன் பூவரசு மரத்தின் ஒரு கிளையில் சாய்ந்து கொண்டு வேகமாக மோர்சிங்கை அடித்தான். அது ஒரு பாட்டு. ஆனால் என்ன பாட்டு என்பது ராமசாமிக்குத் தெரியவில்லை!

"மோர்சிங் நல்லாதான் அடிக்கற! ஆனா பரீட்சை என்ன ஆச்சு தெரியுமா?"

"ரிசல்டு வந்துடுச்சா?" மோர்சிங்கை வாயில் இருந்து எடுத்து, எச்சிலைத் துடைத்துக்கொண்டு, பூவரசு மரத்திலிருந்து கீழே குதித்தான் தாமோதரன்.

"உனக்கு எனக்கு எல்லாம் போயிடுச்சி!"

"நிஜமாவா?"

"சங்கரன்?"

"அவன் பாஸ்; வேணுகோபால் பாஸ்"

“அப்ப நான்?”

“நம்ப எல்லாம் என்னவோன்னு பரீட்சை எழுதின அன்னைக்கே தெரியும்!”

தாமோதரன் அப்படி நினைக்கவில்லை. சங்கரன் சொல்லிக் கொடுத்ததையெல்லாம் படித்திருந்தான். படித்தது எல்லாம் கொஞ்சம் நினைவில் இருந்தது. அதையெல்லாம் எழுதி இருந்தான். அதனால் கூட்டத்தோடுக் கூட்டமாக பாஸ் ஆகிவிடும் என்று இருந்தான்.

ராமசாமி வேறுவிதமாகச் சொல்கிறான்! அது நிஜமா? தன் நினைப்பு நிஜமா! தாமோதரன் மோர்சிங்கை கால்சட்டைப் பையில் நுழைத்துக்கொண்டான். அவனுக்குக் கஷ்டமாக இருந்தது.

“இப்ப எங்க போற?”

“சங்கரன் வீட்டுக்கு! நீ வர்ல?”

“இல்ல.”

“பரீட்சை போயிடுச்சினு ஒரேயடியா பயந்துட்டீயா?”

அவன் சிரித்தது, தாமோதரனை எரிச்சல் அடைய வைத்தது. அவனைப் பார்க்கவே விருப்பம் இல்லாதவன்போல திரும்பிக் கொண்டான்.

“வாடா!” ராமசாமி சைக்கிளில் தாவி ஏறி உட்கார்ந்தான். அவன் சைக்கிளில் ஏறும் முறையே அதுதான். சைக்கிள் நெளிந்து நிதானத்திற்கு வந்தது. சிறிது தூரம் சென்றதும் சைக்கிளை நிறுத்தி தரையில் காலூன்றி திரும்பிப் பார்த்தான்.

தாமோதரன் நின்ற இடத்திலேயே நின்றுகொண்டிருந்தான்.

சைக்கிளில் மணி அடித்தது.

“என்னடா நின்னுட்ட வாடா!”

இவன் மெதுவாக முன்னே சென்று சைக்கிளில் உட்கார்ந்தான்.

“போகலாமா!” இன்னொரு முறை சைக்கிள் மணியை அடித்துவிட்டு ராமசாமி வேகமாக சைக்கிளை மிதித்தான். பரீட்சையில் தவறிப் போனது அவனுக்கு ஒரு பொருட்டாகவே படவில்லை. தாமோதரனுக்கு அதுதான் ஆச்சரியமாக இருந்தது. இவன் அப்பாவுக்குப் பயந்தான்; ஆசிரியருக்குப் பயந்தான். என்ன செய்வது என்று தெரியாமல் தனக்காகவே பயந்தான்.

சைக்கிள் புன்னவரம் சாலையில் திரும்பியது. கப்பிக்கல் சாலை. சைக்கிள் எகிறிக் எகிறி குதித்தது. பின்னால் உட்கார்ந்து கொண்டிருப்பது கஷ்டமாக இருந்தது. நிமிர்ந்து உட்கார்ந்தான்.

சந்தையில் இருந்து மாடு ஓட்டிக்கொண்டு வந்த தாமோதரன் அப்பா, மாட்டைக் காலாற விட்டுவிட்டு ஆலமரத்தடியில் வேட்டியை அவிழ்த்து உதறிக் கட்டிக்கொண்டு இருந்தார். அவன் சைக்கிளை அவர் பக்கத்தில் கொண்டு நிறுத்தினான். இவன் அவசரம் அவசரமாகக் கீழே இறங்கினான்.

“எங்கடா போறீங்க?”

“ஒரு சிநேகிதன் வீட்டுக்குங்க மாமா!”

“பரீட்சை முடிவு எப்படா வருது?”

“அது வந்துடுச்சிங்க மாமா!”

“வந்துடுச்சா. எப்ப?”

“எனக்குப் போயிடுச்சி; நம்ப தாமுக்கும் போயிடுச்சி!”

“பெயிலா?”

“ஆமாங்க மாமா!”

அவர் பார்வை தலைகுனிந்து நிற்கும் பையன் பக்கம் திரும்பியது. அவனைப் பற்றி அவர் நிறையவே கனவுகளைச் சுமந்துகொண்டு இருந்தார். பாஸானால் போதும். காவேரிப் பட்டினம் ஐயர் தொழிற்சாலையில் ஒரு வேலை கிடைக்கும். போட்டுத் தருவதாகப் பெரிய ஐயரே சொல்லி இருந்தார். போன வருஷம் ஆண்டித்தேவர் பையனை வேலைக்குச் சேர்த்துவிட்டார். இனி, இவனைக்கூட்டிக்கொண்டு ஐயர்கிட்ட போக முடியாது.

ஒவ்வொரு அடியாக எடுத்து வைத்து இவன் அப்பா– பக்கிரி முன்னே வந்தார். அவர் நடையே விநோதமாக இருந்தது. கண்ணும் மீசையும் துடிக்க ஆரம்பித்தது. எட்டி இவன் கையைப் பிடித்தார்.

“– பின்ன ஆரெல்லாம் பாஸ்?”

“குமராட்சியாரு பையன் சங்கரன்! சொக்குப் பிள்ளை மகன் வேணுகோபால்ங்க மாமா!”

“ஏன்டா ராஸ்கேல்! கூட இருந்தவன் எல்லாம் பாஸ் பண்ணி இருக்கான். நீ என்னாடான்னா பெயிலா போயிட்டு, ஊர் சுத்திக்கிட்டு இருக்க!” அப்பா இவன் கையை முறுக்கிக் கன்னத்தில் அறைந்தார். அவருக்குப் பெரிய கை. அறை கன்னத்திலும் காதிலும்

சேர்த்து விழுந்தது. இவனால் தாள முடியவில்லை. ஐயோவென்று பெரிதாகக் கத்தினான்.

"கத்தினே கொன்னுடுவேன்!" காலால் இடுப்பில் ஓர் உதை விட்டார். இவன் சுருண்டு உலர்ந்த ஆல இலைகளில் போய் விழுந்தான். அப்பாவுக்கு அடி உதையைத் தவிர வேறு ஒன்றும் தெரியாது. அவர் ஆயுதம் கையும் காலுந்தான். ஒரு முறை மல்லியத்தில் இருந்து ஒரு மாடு பிடித்து வந்தார். முரட்டு மாடு. பிடிக்கு அடங்கவே இல்லை. எதிர்ப்பட்டவர்களையெல்லாம் முட்டியது; மூக்கணாங் கயிறு போடவே முடியவில்லை. அப்பா தலையில் கட்டி இருந்த முண்டாசை உருவிப் போட்டுவிட்டு முன்னே பாய்ந்து இரண்டு கொம்பையும் பிடித்தார். அப்புறம் காலால் மாட்டின் மூஞ்சியில் எட்டிஎட்டி உதைத்து அதைப் பணிய வைத்தார்.

தரையில் கிடந்த தாமோதரனைத் தூக்க ராமசாமி முன்னே சென்றான். அப்பா ஓர் அதட்டல் போட்டார். அவன் தனக்கு அடி விழுமோ என்று பயந்து நின்றான்.

"போடா" சைக்கிளை எட்டி உதைத்தார். அது எகிறிப் போய் விழுந்தது. ராமசாமி முன்னே ஓடிப் போய் சைக்கிளை எடுத்துக் கொண்டு சென்றான்.

மாடுகள் ஆலமரத்தைச் சுற்றிக்கொண்டு வந்தன. அப்பா மெதுவாக இவன் முன்னே சென்றார். இவன் எழுந்து கையில் ஒட்டி இருந்த மண்ணைத் தட்டிக்கொண்டிருந்தான்.

"இங்க வா!"

இவன் அவர் அருகே வந்தான்.

"உனக்குப் புத்தியிருக்கா? உனக்குக் கொஞ்சமாவது பொறுப்பு இருக்கா?"

இவன் கண்களில் இருந்து நீர் தளும்பியது.

"அழுதா காணாது. பாரு குமராட்சியாரு பையன் பாஸ் பண்ணி இருக்கான். நீயுந்தான் அவன் கூட இருந்த." அப்பா தன் பக்கம் வந்த மாட்டை முதுகில் படீரென்று அடித்தார். அது கத்திக்கொண்டு சாலை வழியே ஓடியது. அதன் பின்னே அப்பா சென்றார். அவர் பின்னே இவன் நடந்தான். அவர் நின்று திரும்பினார்.

"நீ இனிமே மாடுதான் மேய்க்கணும்." அப்பாவின் குரல் கட்டளை இடுவதுபோல இருந்தது. துக்கத்திலும் வருத்தத்திலும் அவர் உடைந்து போய்விட்டார். எப்போதும் இவன் படிப்பைப்

பற்றி அக்கறை கொள்ளாத அப்பா ஒரு மாதமாகப் பரீட்சை பாஸ் ஆகிடுமில்ல” என்று கேட்டுக்கொண்டே இருந்தார். அதற்குக் காரணம் காவேரிப் பட்டணம் ஐயரைப் பார்த்ததுதான். அவர்மூலம் வேலைக்குக் கூட ஏற்பாடு ஆகிவிட்டது. இனி எப்படி அப்பா அங்கே போவார். எந்த முகத்தை முன்னே காட்டுவார்.

மாடுகள் வயலில் இறங்கின. தாமோதரன் ஆடுதொடா குச்சியை ஒடித்துக்கொண்டு முன்னே ஓடினான். அப்பா இவனை முந்திக்கொண்டு பிடறியில் கை வைத்து இடுப்பில் உதைத்துத் தள்ளினார்.

“மாடு ஓட்ட வந்துட்டான்... மாடு... போடா!”

தாமோதரன் மணலில் உருண்டு புரண்டெழுந்தான். அப்பா இவனைக் கவனிக்காமல் மெதுவாக வயலில் இறங்கி நெற்கதிரைத் தின்றுகொண்டிருந்த மாட்டையெல்லாம் ஓட்டிக்கொண்டு கரையேறி மேலே வந்தார். இவன் எழுந்து அவர் கண்ணில் படாமல் புங்கமரத்துக்குப் பின்னால் நின்றுகொண்டு இருந்தான். மாட்டை ஓட்டிக்கொண்டு இவனை மறந்துவிட்டதுபோல சென்றார்.

இவன் அப்படியே நின்றான். இந்த நேரம் ராமசாமி சங்கரன் வீட்டிற்குப் போயிருப்பான் என நினைத்தான். அவன் இவர்களுக்குப் பரீட்சை போனது பற்றி அக்கறையாக விசாரிப்பான்; வருத்தப்படுவான். அதை அவனால் தாள முடியாது. தனக்குப் போனதுதான் அவனுக்கு வருத்தமளிக்கும். நிற்க முடியவில்லை. தலையைச் சிலுப்பிக்கொண்டான்.

தாமோதரன் கார் வேகமாகச் சென்றது. சாலையில் சிவப்பு விளக்கு! கார்கள் ஒன்றின் பின் ஒன்றாக நின்றன. இவன் வண்டியும் நின்றது. இரண்டு நிமிஷத்திற்குப் பிறகு முன்னே இருந்த வண்டிகள் நகர ஆரம்பித்தன. இவன் வண்டியும் நகர்ந்தது. திடீரென்று சங்கரனைக் கண்டுபிடிக்க முடியாமல் போய்விடுமோ என்ற நினைப்பு வந்தது. அப்படியெல்லாம் ஆகாது என்று சொல்லிக் கொண்டான்.

கார் கடற்கரை சாலையில் சென்றது. உழைப்பாளர் சிலையின் முன்னால் கூட்டமாக ஆட்கள்! பானர்களையும் கொடிகளையும் சுற்றி சிலர் கட்டினார்கள். ஊர்வலம் வந்து கலைந்துவிட்டது. வேகமாகத்தான் வந்து இருக்கிறது என்று சொல்லிக்கொண்டு ஒரு ஓரமாகக் காரை நிறுத்தினான். கீழே இறங்கி சாலையைக் குறுக்காகக் கடந்து முன்னே சென்றான். தனித்தனிக் கூட்டமாக நின்று பேசிக்கொண்டிருந்தார்கள். இவன் விலகி நின்று வேடிக்கை

பார்ப்பதுபோலப் பார்த்தான். சிலைக்குப் பின்னால் சங்கரன் நிற்பது தெரிந்தது. அருகில் சென்றான்.

சங்கரனுக்கு வழுக்கை விழுந்துவிட்டது. அதோடு முன் தலை மயிரெல்லாம் நரைத்துவிட்டது. இந்த வயதுக்கு நரையும் வழுக்கையும் கொஞ்சம் கூடுதல்தான். அப்புறம் கண்ணாடி வேறு மூக்கில் மாட்டிக்கொண்டிருக்கிறான். சதை மட்டுந்தான் பிடிக்கவில்லை. அன்றைக்கு இருந்ததுபோல அதே உடம்பு.

இவன் இன்னொரு அடியெடுத்து வைத்து முன்னே சென்றான். யார் யாரோ வந்து அவனிடம் பேசினார்கள். கையைப் பிடித்துக் குலுக்கினார்கள். அவனைச் சுற்றி சின்ன கூட்டம் இருந்தது. வெறும் ஆளில்லை அவன்! ஒரு முக்கியப் புள்ளிதான்!

திடீரென்று சிவப்புச் சட்டை போட்டிருந்த ஓராள் உள்ளே புகுந்து அவன் கையைப் பிடித்துத் தனியாக அழைத்துச் சென்றான். தழை சொரியும் மரத்தின் கீழ் மற்றவர்களுக்குக் கேட்காத தொனியில் பேசிக்கொள்வதைத் தூரத்தில் இருந்தே கவனித்துக்கொண்டான். இரண்டு நிமிஷம் சென்று இருக்கும். சிவப்புச் சட்டைக்காரன் சங்கரன் கையைப்பற்றி இரண்டு முறை குலுக்கிவிட்டு வேகமாகச் சென்றான். அவன் சென்றதும் சங்கரன் தனியானான். அதுதான் சமயமென்று இவனுக்குப்பட்டது. அவசரம் அவசரமாக முன்னே சென்றான்.

“வணக்கம்!” தாமோதரன் கரம் குவித்தான்.

“வணக்கம்!”

“என் பெயர் தாமோதரன்!”

“சந்தோஷம்.”

“என்ன தெரியுதா?”

சங்கரன் கண்ணாடியைக் கழட்டிக்கொண்டு சிரித்தான்.

“உங்க பெயரு சங்கரன் தானே?”

“...”

“கொரநாடு ஹைஸ்கூல்ல படிச்சிங்க இல்ல!”

மறுபடியும் தடுமாற்றத்தோடும் ஏக்கத்தோடும் ஒரு புன்னகை பூத்தான்.

“என்ன தெரியல?”

சங்கரன் அழுக்குக் கைக்குட்டையில் மூக்குக் கண்ணாடியைத் துடைத்து மாட்டிக்கொண்டான்.

"தாமோதரன், ராமசாமி, வேணுகோபால் – எல்லாம் நினைவு இருக்கா?"

சங்கரன் இவன் நினைவூட்டிய பெயர்களைத் தனக்குள் ஒரு முறை சொல்லிப் பார்த்துக்கொண்டான். அவையெல்லாம் ரொம்பப் பழக்கமான பெயர்களாகத்தான் இருந்தன. அதில் எது இவன் பெயர்? யார் இவன்? அவன் முகம் உயர்ந்தது.

"தெரியுது... தெரியுது..."

"நல்லா தெரியுதா, நான் யாரு?"

"நீ தாமு... தாமோதரன்!"

"கண்டுப்பிடிச்சிட்டியே!"

"முடியாதுன்னு நெனச்சியா"

"அப்படித்தான்!"

"எதுக்கு?"

"எதுக்கோ. ஆனா அப்படித்தான் தோணுச்சி"

"நல்லா இருக்கே! உன்னையா அடையாளம் கண்டுக்காம போயிடும்!"

"நீ ரொம்ப தவிச்சிப் போயிட்ட." இவன் பார்வை நாலா பக்கமும் சென்றது. வட்டமாக ஐந்தாறு பேர்கள் நின்றுகொண்டு இருந்தார்கள்.

"அதெல்லாம் போவட்டும். நீ எப்படி இங்க வந்து சேர்ந்த?"

"உன்ன மௌவுண்ட் ரோடுலேயே பார்த்துட்டேன்!"

"அப்படியா?"

"அதனால நான் பின்னாலயே வந்தேன்."

"ரொம்ப வருஷத்துக்கு அப்புறம் இப்பத்தான் நம்ப ரெண்டு பேரும் பார்த்துக்கறோம்!"

இருவரும் மாறிமாறி சிரித்துக்கொண்டார்கள். அப்புறம் தன்னைச்சுற்றி நின்றவர்களுக்கெல்லாம் நண்பனை அறிமுகப் படுத்தி வைத்தான் சங்கரன். அவர்கள் சிரித்து இவனோடு கை குலுக்கினார்கள். பிறகு, இப்போதுதான் நினைவுக்கு வந்தது போல, "தாமோதரன், உனக்கொன்னும் அவசரம் இல்லையே" என்றான்.

இவன் தலையசைத்தான்.

"இரு, தோழர்களையெல்லாம் அனுப்பிட்டு வர்றேன்."

அவன் போவதையே பார்த்துக்கொண்டிருந்தான். ஒரு சமயத்தில் பழைய சங்கரன் மாதிரியும் – இன்னொரு சமயத்தில் பிடிபடாத மாதிரியும் இருந்தது. மரத்தில் சாய்ந்து ஒரு சிகரெட்டை எடுத்துப் பற்ற வைத்துக்கொண்டான். ஒரு சிகரெட் புகைந்து போயிற்று. இன்னொன்றைக் கொளுத்த கையில் எடுத்தபோது சங்கரன் முன்னே வந்தான்.

"சாரி, தாமோதரன் உன்ன ரொம்ப நேரம் காக்க வச்சிட்டேன்."

"அதெல்லாம் ஒண்ணும் இல்ல! ஆமாம் என்ன ஊர்வலம்?"

"எங்க தொழிற்சாலை ஒன்னறை மாசமா லாக்அவுட்ல இருக்கு. அத எதிர்த்து இன்னக்கிப் பல தொழிற்சங்கத்தையெல்லாம் ஒன்னா சேர்த்து ஊர்வலம் நடத்தினோம்."

"அதுக்கு நீ ஒரு தலைவரா?"

"நானா?"

"ஏன் நீ தலைவராக இருக்கக் கூடாதா?"

"நான் ஒரு தொண்டன்தான்!"

"அது தெரியுது."

"என்ன தெரியுது?"

"தொண்டர் பெருமை!"

"சரி, இப்ப நம்ப என்ன பண்ணலாம் அதெச் சொல்லு."

"செத்த இரு. காரை லாக் பண்ணிட்டு வர்றேன். அப்புறம் மணல்ல உட்கார்ந்து பேசுவோம்! பேச ரொம்ப விஷயம் இருக்கு!"

"காரா"

"ஒரு நிமிஷத்துல வந்துடுறேன்."

தாமோதரன் அவசரம் அவசரமாகப் போய் காரின் – கதவை உயர்த்தி, காரைப் பூட்டிவிட்டுத் திரும்பி வந்தான். அவன் பொடியை உறிஞ்சிவிட்டுக் கையை உதறினான்.

"எப்ப இருந்து இது?"

சங்கரன் பதில் சொல்லாமல் நடந்தான். அவனுக்கு இணையாக மணலில் கால் பதியப் பதிய, "ரொம்பதான் நீ மாறிப் போய் இருக்க" என்று சொல்லிக்கொண்டே நடந்துசென்றான்.

2

தாமோதரன் பார்வை அவன் பக்கம் திரும்பியது. தூரத்து விளக்கு வெளிச்சம் முதுகில் அடித்தது. அவன் கடலைப் பார்த்துக்கொண் டிருந்தான். கை மணலில் கோடு கிழித்துக்கொண் டிருந்தது. அவன் அறிமுகம் ஆனவனாகவோ – ஊர்வலத்தில் கத்தி முழங்கிக் கொண்டு வந்தவனாகவோ இப்போது இல்லை. வேறு ஆளாக – எதன் மீதோ பற்றுக் கொண்டவனாக இருந்தான்.

கலங்கரை விளக்கத்தின் ஒளி திடீரென்று மூஞ்சியில் அடித்துப் புரண்டது. தாமோதரன் கையை மணலில் ஊன்றிக் காலை நீட்டிக்கொண்டான். அதுதான் சௌகரியமாக இருந்தது.

சங்கரனை சந்திக்க முடியுமென்று இவன் நினைக்கவில்லை! எதிர்பாராதது எல்லாம் எப்படியோ நடந்துவிடுகிறது! எதற்கு நடக்கிறது தெரியாது. காரணம் சொல்ல முடியாது. ஆனால் நடந்து விடுகிறது! ஏதோ ஒரு சமயம், சந்தோஷமுற்று இருக்கும்போது பால்யகால நண்பர்களின் நினைவு வரும்! பார்வையில் இருந்து எங்கே போய்விட்டார்கள்? கேள்விக்குப் பின்னால் யாராவது செத்துப்போயிருக்கலாம் என்ற நினைப்பு பதிலாக வந்தது. யார் செத்து இருக்கலாம்? சங்கரன் முகந்தான் அடிக்கடி நினைவுக்கு வரும். அவன் கையைப் பிடித்தான். மறுபடியும் கலங்கரை விளக்கம் ஒளியை மூஞ்சியில் அடித்தது. நகர்ந்து உட்கார்ந்துகொண்டான்.

"சங்கர்! உன்ன எத்தனை வருஷமா நான் தேடிக்கிட்டுயிருக்கேன் தெரியுமா? ரோட்டுல போகறப்ப எல்லாம் நீ தென்படுவியா, ராமு தென்படுவானா! வேணு தென்படுவானா என்று தேடிக்கிட்டே போவேன்!"

"வேடிக்கையா இருக்கே!"

"நிஜமாத்தான் சொல்லுறேன்!"

"சரி."

பேச்சின் இழை அறுந்தது. சங்கரன் கை விரல்களை நெட்டி முறித்துக்கொண்டான்.

"சிகரெட் குடி."

சங்கரன் சட்டைப் பையில் இருந்து பீடியை எடுத்துப் பற்ற வைத்துக்கொண்டான். இரண்டு இழுப்பு பீடியை இழுத்து விட்டு, ஒரு முறை பொடி போட்டுக்கொண்டான். கால் மணலில் நீண்டது.

"உடம்பு சரியில்லியா?"

"அதெல்லாம் ஒண்ணும் இல்ல. அப்புறம் என்ன சொல்லு"

"உனக்கு இப்ப என்ன பண்ணுது?"

பீடியை ஒரு இழுப்பு இழுத்தான்.

"லேசா தலைவலி!"

"பசிதான். வெய்யில்ல ஊர்வலம் வந்து இருக்க இல்ல, அதுதான். நல்ல ஓட்டலா பார்த்துச் சாப்பிடலாம்; சாப்பிட்டா தலைவலி சரியா போயிடும்!"

"இல்ல பசியெல்லாம் ஒண்ணும் இல்ல. ரெண்டு வாட்டி பொடி போட்டா சரியா போயிடும்!" மணலில் இருந்து கையை உதறி பொடி டப்பாவைப் பையில் இருந்து எடுத்தான். தலையைக் குனிந்து பொடியை ஒரு உறிஞ்சு உறிஞ்சினான். அப்புறம் மூக்கைச் சிந்திக்கொண்டு, "மணி என்ன ஆவுது தாமோதரன்" என்றான்.

இவனையே பார்த்துக்கொண்டிருந்த தாமோதரன் கையைத் திருப்பி மணியைப் பார்த்தான். மணி ஏழே கால் அதைக் கேட்டதும், சங்கரன் எழுந்தான்.

"எட்டு மணிக்கு யூனியன் ஆபிசில மீட்டீங் இருக்கு."

"எட்டு மணிக்குத்தானே! அதுக்கு ரொம்ப நேரம் இருக்கு. கொஞ்ச நேரம் பேசிக்கிட்டு இருந்துட்டு, அப்புறமா நல்ல ஓட்டலா பார்த்துச் சாப்பிட்டுவிட்டு, கார்ல போயிடலாம்!"

"அதெல்லாம் எதுக்கு, நான் ஒரு டீ குடிச்சிட்டு, இப்படியே பஸ்ஸில போயிடுறேன்!" சங்கரன் காலெடுத்து வைத்தான்.

“மீட்டிங்குக்கு நீ எங்க போகணும்?”

தாமோதரன் அவன் கூடவே நடந்தான். ஆனால் சங்கரனுக்கு ஈடாகச் செல்ல முடியவில்லை. வேட்டி தடுத்தது. மூச்சு வாங்கியது. வாயால் மூச்சு விட்டுக்கொண்டான். ஆனாலும் முடிய வில்லை. மெதுவாக ஒவ்வொரு அடியாக எடுத்து வைத்தான். போன மாதம் டாக்டரைப் போய்ப் பார்த்தான். பெரிய கூட்டம் இருந்தது. பெயரைச் சொன்னதுமே, டாக்டர் முதலில் கூப்பிட்டார். உள்ளே போனதும், சொல்லி இருந்தா நானே வந்து இருப்பேனே என்றார். வீட்டிற்கு அடிக்கடி வருகிற டாக்டர் அவர்.

“இந்தப் பக்கம் வந்தேன்; அப்படியே உள்ள நுழைய தோணுச்சி.”

நல்ல பழக்கமெல்லாம் இப்பத்தான் வருது! டாக்டர் அவனை சோதித்துப் பார்த்தார். சோதனை பதினைந்து நிமிடங் களுக்கு மேல் நீடித்தது.

“முதலாளி வெயிட் ஓவரா ஏறிக்கிட்டுப் போகுது. தினமும் வாக் போகணும். அதுதான் மருந்து. வாக்குக்கு மேல மருந்து ஒண்ணும் இல்ல!”

இவன் டாக்டர் முகத்தையே பார்த்துக்கொண்டிருந்தான்.

“குடிக்கறது உண்டா?”

தலையசைத்தான்.

“அதைக் கொஞ்சம் குறையுங்க; நடைப் பழக்கத்தைக் கொஞ்சம் கூட்டுங்க.”

“செய்யறேன் டாக்டர்!”

சொன்னா காணாது. செயல்ல காட்டணும். தினமும் நாலு கிலோ மீட்டராவது நடக்கணும். வாக்... வாக்...

“போறேன் டாக்டர்!”

டாக்டரிடம் கொடுத்த வாக்கைக் காப்பாற்ற முடியவில்லை. ஒன்று ஒன்றாக வேலை; போனவாரம் பெங்களூருக்கு லாரி வாங்கப் போனான். அந்த வாரம் முழுவதும் இரவில் குடித்தான். நல்ல பார்ட்டி, புட்டிப் புட்டியாக உடைத்தான்! மறுக்க மனம் வரவில்லை. வீட்டை விட்டு வெளியில் போனால் அப்படித்தான் ஆகிவிடுகிறது. ஒழுங்குமுறையெல்லாம் தவறிவிடுகிறது. இனி அப்படியெல்லாம் நடந்து கொள்ளக் கூடாது என்று தீர்மானித்துக் கொண்டான்.

“என்ன நடக்க முடியலியா?”

"நீ ரொம்ப வேகமாக நடக்கற!"

"நடக்கறது பழக்கமா போயிடுச்சி!"

"தெரியுது."

"என்ன தெரியுது?"

"நடக்கறது."

தாமோதரனை முன்னே விட்டுவிட்டு அவன் பின்னால் மெதுவாக நடந்தான். நடக்கையில் தாமோதரன் இரண்டு ஆள் மாதிரி இருப்பது தெரிந்தது. தொந்தி விழுந்துவிட்டது – கால் கையெல்லாம் பெருத்துவிட்டது – ஆளே பழைய ஆளில்லை.

முன்னே சென்ற தாமோதரன் நின்றான். வயிற்றில் போட்டிருந்த பெல்டை மேலே தூக்கிவிட்டுக்கொண்டான். இவன் அருகில் போனதும் கையை இறுக்கிப் பிடித்துக்கொண்டு "சங்கர் நீதான் மாறாம அப்படியே இருக்க!" என்றான்.

"அப்படியா?"

இல்லேன்னா அவ்வளவு பெரிய கூட்டத்துல உன்ன அடையாளம் கண்டுக்க முடியுமா?"

"அது சரிதான்."

"இப்படி நடந்தா எட்டரை மணிக்கில்ல, ஒன்பது மணிக்குக் கூட யூனியன் கூட்டத்துக்குப் போக முடியாது."

சங்கரன் திரும்பிப் பார்த்தான். அவன் சரியாகக் கணக்கிட்டு இருப்பது போலத்தான் இருந்தது. ஆனால் படிக்கும் போது அவனுக்குக் கணக்கு வராது – தடுமாறுவான். கணக்கு வாத்தியார் ரங்காச்சாரி அவனை "சுழி" என்றுதான் கூப்பிடுவார். சுழியென்றால் பூஜியம்; பூஜியமென்றால் முட்டை; முட்டை யென்றால் சுழி.

"சுழி தாமோதரன்!"

"உள்ளேன் ஐயா!"

வகுப்பு முழுவதும் சிரித்து ஓய்ந்தது. சிரித்தவர்களை யெல்லாம் மனத்தில் இருத்திக்கொண்டான். முதல் ஆள் பன்னீர்! அப்புறம் ராமநாதன்! முதலில் சிரிக்க ஆரம்பித்தவர்கள் அவர்கள்தான்; கடைசியில் ஓய்ந்ததும் அவர்கள் சிரிப்புதான். ரங்காச்சாரி கையில் இருந்த பிரம்பை மேசைமீது படபடவென்று ஒருமுறை அடித்தார். அதுகூட அவன் கொண்டுவந்து கொடுத்த பிரம்புதான்.

"சுழி, போன டெஸ்ட்லே என்ன மார்க்?"

சா. கந்தசாமி

"மூணு சார்!"

"சுழி மூணா... நீயா?"

"ஆமாம் சார்!"

"உனக்குச் சுழிதானே போட்டு இருக்கணும். எப்படி மூணு போட்டேன்?"

"தெரியுல சார்!"

"காபி அடிச்சி போட்டு இருப்ப!"

"இல்ல சார்!"

"நீ நிஜம் பேசுறவன்தான்! பேசாம உட்கார்."

"இல்ல சார், நான் பொய் சொல்லல சார்!"

"உட்கார்; ரொம்பதான் நீ நிஜம் பேசுறவன். சுழி, நீ இருக்க வேண்டிய இடம் இது இல்ல, ஜெயில் தெரியுமா ஜெயில்..."

"தெரியும் சார்!"

"அதெல்லாம் உனக்குத் தெரியாம இருக்குமா? அது தானே நீ இருக்க வேண்டிய இடம்!"

"சரி சார்!" தாமோதரன் சந்தோஷமா தலையை அசைத்துக் கொண்டான்.

"சுழி நீ சிரிக்கற!" ரங்காச்சாரி எழுந்து வந்து அவன் முதுகில் அடித்தார். அது அவனுக்கு உறைக்கவில்லை. மறுபடியும் சிரித்தான்.

"உன் சிரிப்பு ஜெயில்லதாண்டா அடங்கும் சுழி."

ரங்காச்சாரிக்கு அடிக்கடி வரும் வார்த்தை ஜெயில்! ஜெயில் என்ற சொல் இல்லாமல் அவரால் நாலு வார்த்தை பேச முடியாது! அதற்குக் காரணம் அவர் ஜெயிலுக்குப் போனதுதான். கல்லூரியில் படிக்கும் போது, காந்தியின் அழைப்பு வந்தது. படிப்பைப் பாதியிலே விட்டுவிட்டுச் சுதந்திரப் போராட்டத்தில் கலந்துகொண்டார். ஆகஸ்டு போராட்டம். அவர் காலை ஒடித்தது. ஆறு மாதம் சிறைத் தண்டனை வாங்கிக் கொடுத்தது. தண்டனை முடிந்து வெளியே வந்த போது, அவர் மனத்தில் ஜெயில் என்ற வார்த்தை அப்படியே உறைந்து போய்விட்டது. யாரையாவது திட்ட வேண்டுமென்றால் ஜெயில் என்றுதான் சொல்லுவார். ஜெயில் அவர் அகராதியில் ஒரு கெட்ட வார்த்தை யாகிவிட்டது. ஆனால் அதுவே அவர் பெயருக்கு முன்னால் சேர்ந்துவிட்டது. அவரை ஜெயில் ரங்காச்சாரி என்றுதான் சொல்லுவார்கள்.

அது மழைக்காலம். இரண்டு நாட்கள் தொடர்ந்தாற் போல மழை பொழிந்தது. காவிரியில் இரண்டு கரையையும் தொட்டுக்கொண்டு தண்ணீர் ஓடியது. காலைப்பொழுது. ஜெயில் ரங்காச்சாரி சொம்பைக் கரையில் வைத்துவிட்டு மெதுவாகப் படியில் கால் வைத்து இறங்கினார். கால் வழுக்கியது. தடுமாறித் தண்ணீரில் விழுந்தார்.

காவிரிக்கரையில் பல் துலக்கிக்கொண்டு இருந்த தாமோதரன் குச்சியைக் கரையில் வீசியடித்துவிட்டு அம்பு போலத் துள்ளிப் பாய்ந்தான்! அவன் போவதற்குள் ரங்காச்சாரி இன்னும் இன்னுமென்று முன்னே போய்விட்டார்! தண்ணீரை எதிர்த்துக் கொண்டு அவர் முன்னே சென்றான்! கையைப் பற்றி இழுத்தான். நிறையத் தண்ணீரைக் குடித்து, ரங்காச்சாரி நினைவை இழந்து விட்டார். இழுக்க முடியவில்லை! தடுமாறி னான்! தண்ணீர் வேறு தள்ளியது. நீரின் ஓட்டத்தோடு போய், உறங்காப்புலி தேவர் மீன் பிடிக்கும் துறையில் கரையேறினான். அதற்குள் பெரிய கூட்டம் காவேரிக்கரையில் கூடிவிட்டது. ஆளுக்கொருவராக சிகிச்சை அளித்தார்கள். அரை மணி நேரத்திற்குப் பிறகு ஜெயில் ரங்காச்சாரி லேசாகக் கண் விழித்தார். பார்வை அவன் பக்கம் திரும்பியது. கையை நீட்டி அவன் கையைப் பிடித்துக்கொண்டார்.

மூன்றாம் நாள் ஜெயில் ரங்காச்சாரி பள்ளிக்கூடம் வந்தார். நேராக அவன் வகுப்புக்குள் நுழைந்தார். அது அவர் வகுப்பு இல்லை. தமிழ் வகுப்பு நடந்துகொண்டு இருந்தது. தமிழ் சார் வாங்க வாங்க என்று இவரை வரவேற்றார்.

அவர் போர்டு பக்கத்தில் நின்று ஒருமுறை வகுப்பை நோட்டமிட்டார். குனிந்து பேசிக்கொண்டிருந்த தாமோதரன் நிமிர்ந்து உட்கார்ந்தான். அவர் சந்தோஷமுற்றார். ஓரடி முன்னே வந்தார். கண்களில் அபூர்வமான ஒளி பிறந்தது!

"சுழி, வந்து இருக்கிறீயா?"

"இருக்கேன் சார்!"

"தண்ணியோட போன என்ன நீதான் காப்பாத்தினியாமே!"

அவன் பதிலொன்றும் சொல்லாமல் ஜெயில் ரங்காச்சாரியையே பார்த்துக்கொண்டிருந்தான்.

"இங்க வாடா சுழி!"

அவசரம் அவசரமாக எழுந்து பக்கத்தில் உட்கார்ந்து கொண்டிருந்த சங்கரனை இடித்துத் தள்ளிக்கொண்டு முன்னே

வந்தான். அவர் அவன் தோள்மீது கை வைத்தார். ஒரு கணம் பேசாமல், எல்லோரையும் பார்த்தபடி இருந்தார்.

"சுழி, உனக்கு நல்ல சுழி! அபாரமான தைரியம்! வாலிபத்துல ரொம்ப முன்னுக்கு வந்துடுவ சுழி!" சொல்லும் போதே ஜெயில் ரங்காச்சாரி குரல் மாறி உடைவதுபோல இருந்தது. தோளில் இருந்த கை மெதுவாக மேலே உயர்ந்தது. தலைக்குச் சென்றது. தலையைத் தடவிக்கொடுத்தார்.

"நிஜந்தாண்டா சுழி! அந்த வெள்ளத்துல யாரால குதிச்சிருக்க முடியும்? உனக்கு அசாத்திய தைரியமடா"

மறுபடியும் மறுபடியும் அவர் அதையே சொல்லிக் கொண்டிருந்தார். அவனால் நிற்க முடியவில்லை. மெதுவாக அவர் பிடியில் இருந்து நழுவித் தன்னிடத்திற்குச் சென்றமர்ந்தான்.

"சுழி மாதிரி உதாரகுணம் இருக்கற ஆணுங்க இருக்கறதால் தான் லோகம் இருக்கிறது" என்று தமிழாசிரியரிடம் சொல்லிக் கொண்டு அவர் வெளியில் சென்றார்.

"இன்ன கணக்கில உனக்கு நூத்துக்கு நூறுதாண்டா" என்றான் பக்கத்தில் இருந்தவன். கையை மடக்கிக்கொண்டு அவன் மூஞ்சியில் குத்தினான். தேர்வில் அவனுக்குச் சுழிதான் வந்தது. "அந்தப் பாப்பான நீ ஆத்துலியே அமுக்கி இருக்கணும்" என்றான் அவன். மறுபடியும் மூஞ்சியில் குத்தினான்.

"உனக்குச் சுழி போடறதுதான் சரி!"

"உன்ன உதைப்பேன்! வாய மூடு!"

"சரி, உனக்கு கைதாண்டா நீளம்!"

"இப்ப அது நீளும்!"

மணி அடித்தது; பள்ளிக்கூடம்விட்டது.

"நான் உன்ன அடையாளம் கண்டதே ஒரு ஆச்சர்யமான விஷயந்தான்!" என்று சொல்லிக்கொண்டே காரின் கதவைத் திறந்து சங்கரன் பின்னால் உட்காரச் சென்றான்.

"இல்ல முன்னால பக்கத்துல குந்து!"

அவன் ஏறி உட்கார்ந்ததும், கதவை அடித்துச் சார்த்தி விட்டுத் தன் இருக்கையில் உட்கார்ந்து காரை எடுத்தான். கார் சப்தமே இல்லாமல் புறப்பட்டது.

3

சங்கரன் சிறிது நேரம் அவன் கார் ஓட்டுவதையும் சாலையையும் மாறிமாறி பார்த்துக் கொண்டு வந்தான். சற்றைக்கெல்லாம் சலிப்புற்றவன்போல தலையைப் பின்னால் சாய்த்துக் கண்களை மூடிக்கொண்டான்.

"என்ன தூங்கிட்ட?" அவன் தோளில் கை வைத்தான். கண்களைத் திறந்து ஒரு முறை மூடினான்.

"இல்ல... இல்ல..."

"என்ன இல்ல? ரொம்ப நாளைக்கு அப்புறம், பார்க்கவே முடியாதுன்னு இருந்த நம்ப ரெண்டு பேரும் பாத்துக்கிட்டு இருக்கோம்! நீ ஒண்ணும் பேசாம உம்மென்னு இருக்கற!"

"அதெல்லாம் ஒண்ணும் இல்ல!"

"கார் எப்படி இருக்கு, பார்த்தியா? ஃபாரின் கார்? ஜப்பான் தயாரிப்பு! நாலு மாசத்துக்கு முன்னாலதான் தெலுங்கு நடிகைகிட்ட இருந்து வாங்கினேன்! அதுக்கு ஏகப்பட்ட போட்டி!"

"அப்படியா?"

"ரெண்டு கார் வூட்டுல இருக்கு. இருந்தாலும் ஒரு ஃபாரின் கார் வாங்கணுமென்னு ஒயுப் ஆசை. அதுதான் பணத்தைப் பத்திப் பார்க்காம வாங்கிட்டேன்!"

"அது சரிதான்!"

"நானும் ரொம்ப நேரமா பார்த்துக்கிட்டு வர்றேன்! என்னப் பத்தி ஒண்ணுமே கேட்க மாட்டேங்கிறீயே?"

"கேட்காம என்ன? சொல்லு!"

தாமோதரன் ஒருமுறை ஹாரன் அடித்தான். கார் வளைந்து திரும்பியது. தலையை அசைத்துக்கொண்டான்.

"சங்கர், எங்க இருந்து ஆரம்பிக்கறது? உம்... இப்ப ஒண்ணு ஒண்ணும் ஞாபகத்துக்கு வருது. முதல்ல வேணு போயிட்டான். அப்புறம் நீ... நீங்க ரெண்டு பேரும் போனதும், நானும் ராமுவும் என்ன பண்ணறதுன்னு தெரியாம ஊர் சுத்திக்கிட்டு இருந்தோம். அப்பத்தான் மிலிட்டரிக்கு ஆளு எடுக்கறதா கேள்விப் பட்டேன். அதுல சேர்ந்துடலாமென்னு தோணுச்சி. ராமுவைத் துணைக்குக் கூப்பிட்டேன். அவன் ஒரேயடியா பயந்து போய்ட்டான். நான் வர்லேன்னு ஓடிப்போயிட்டான். அப்புறமா அவனைத் தேடிப் பிடிச்சி, தைரியம் சொல்லி அழைச்சிக் கிட்டுப் போனேன். ரெண்டு நாளு இண்டர்வியூ. அவன் அதிர்ஷ்டமும் துரதிர்ஷ்டமும் முன்னால இருந்துச்சி. அவனுக்குச் செலக்ஷன். எனக்குக் கால்ல கொஞ்சம் வளைவுன்னு தள்ளிட்டாங்க! அதைக் கேட்டதும் எனக்கு ஒரே அழுகையா வந்துடுச்சி! ரெண்டு பேரா ஒண்ணா ரயில்ல போனோம்! ஆனா, நான் மட்டுந்தான் தனியாத் திரும்பி வந்தேன்.

அப்பா திண்ணையில் சாய்ந்து உட்கார்ந்துகொண்டிருந்தார். இவனைப் பார்த்ததும் ஒரு கனை கனைத்தார். அப்படியே நின்றான்.

"எலே, இங்க வா!"

முன்னே காலடியெடுத்து வைத்துச் சென்றான்.

"ரெண்டு நாளா எங்கே போய் இருந்த."

அப்பாவை நிமிர்ந்து பார்த்தான்.

"சொல்லுடா!" அவர் கால்களைத் தொங்கவிட்டார்.

"மிலிட்டரிக்கு ஆளு எடுத்தாங்க அதுக்குப் போனோம்!"

"ஆரெல்லாம்?"

"ராமசாமியும் நானும்!"

"உனக்கு என்ன ஆச்சு?"

"அவன எடுத்துக்கிட்டாங்க!"

"உன்ன தள்ளிட்டாங்க!"

அப்பாவை ஏறிட்டுப் பார்த்தான்.

“ராஸ்கேல்! உனக்கு வெட்கம் இல்ல? கூட இருந்தவன் எல்லாம் ஒரு ஒரு வேலய தேடிக்கிட்டுப் போறான்! நீ தீனி தின்னுட்டுத் தெரு மாடு கணக்கா ஊர் சுத்திக்கிட்டு இருக்க!”

திண்ணையில் இருந்து இறங்கி வந்து பளீர் என்று இவன் கன்னத்தில் அறைந்தார். வலி உயிர் போவது மாதிரி இருந்தது. இரண்டு கையாலும் கன்னத்தை அழுத்திக்கொண்டு “அப்பா” என்று கத்தினான்.

“கத்தினா கொன்னுடுவேன்!” அப்பா எட்டி உதைத்தார். சுருண்டு ஆளோடியில் விழுந்தான். விழுந்த உடனேயே எழுந்தான். சாலையில் கிடந்த அரைக்கல்லைக் கையில் எடுத்தான்.

“எலே, என்னவாடா அடிக்க வர்றே” என்று உள்ளே ஓடிப்போய் கதவைச் சாற்றி தாழ்ப்பாள் போட்டுக்கொண்டார். கல்லைக் கதவில் அடித்தான். அது கதவில் பட்டு உடைந்து நாலா பக்கமும் சிதறியது. அப்படியே கொஞ்ச நேரம் நின்று கொண்டிருந்தான்.

இரண்டாவது கல்யாணம் பண்ணிக்கொண்டு வந்ததில் இருந்து அப்பா நடவடிக்கை மாறித்தான் விட்டது. குனிந்து இன்னொரு செங்கல்லை எடுத்துக் கதவில் அடித்தான்.

“டேய்! உன்ன கொன்னுடுறேன் இரு” என்று சொல்லிக் கொண்டே திரும்பி நடந்தான்.

எங்கு செல்வது? என்ன செய்வது? ஒன்றும் தீர்மானிக்க வில்லை. ஆனால் இனி வீட்டிற்குச் சென்று அப்பா முகத்தில் முழிப்பதில்லை என்று மட்டும் தீர்மானம் செய்துகொண்டான்.

தாமோதரன் கார் ஒரு பெரிய ஓட்டலில் நுழைந்து தழை சொரியும் குல்மொஹர் மரத்தடியில் போய் நின்றது. இவன் கீழே இறங்கிக் கதவைத் திறந்து, “இறங்கு சங்கர்! இங்க நல்லா இருக்கும்” என்றான்.

“இல்ல வேணாம்.”

“சும்மா இறங்கு.”

அவன் கையைப் பிடித்து இழுத்தான். தலையை அசைத்துக் கொண்டே எழுந்தான். இரண்டு பேரும் ஒன்றாக மாடிப்படி ஏறி மேலே சென்றார்கள். விசாலமான ஹால். மங்கிய வெளிச்சம். வெள்ளை உடையில் இருந்த சர்வர் நேசப்பான்மையோடு புன்னகைப் பூத்தான். அடிக்கடி வருகிறவன் போலும் என நினைத்தான். இரண்டு பேரும் எதிர் எதிராக அமர்ந்தார்கள்.

“நான், என்ன பத்தியே சொல்லிக்கிட்டு இருக்கேன் இல்ல.”

"அதெல்லாம் ஒண்ணும் இல்ல, அப்புறம் சொல்லு."

"நீ, நான், வேணு, ராமசாமி எல்லாம் ஒண்ணா ஒரு போட்டோ எடுத்துக்கிட்டோமே அது உனக்கு ஞாபகத்துல இருக்கா?"

சங்கரன் தண்ணீரை எடுத்துக் குடித்துவிட்டு கிளாஸை டக்கென்று மேசைமீது வைத்தான்.

"உனக்கு அந்தப் போட்டோ ஞாபகத்துல இருக்கா?"

"எப்ப எடுத்தது?"

"பள்ளிக்கூடத்தை விட்ட அன்னக்கி! நம்ப நாலு பேரும் ஒண்ணா போய் ராஜா ஸ்டூடியோவில் போட்டோ எடுத்துக் கிட்டோம்! அதுல நீயும் வேணுவும் குந்திக்கிட்டு இருப்பீங்க! நானும் ராமசாமியும் பின்னால நின்னுக்கிட்டு இருப்போம்!"

இவன் தலையசைத்தான்!

"பணம்கூட நீதான் கொடுத்த! உனக்கு இப்ப அதெல்லாம் ஞாபகத்துல இல்ல!"

"இல்ல!"

"இல்லயா? ஆனா, எனக்கு நல்லா ஞாபகத்துல இருக்கு. அத பெரிசு பண்ணி வீட்டுல மாட்டி இருக்கேன். அதுனாலதான் உன்ன சட்டுன்னு அடையாளம் கண்டுபிடிக்க முடிஞ்சிச்சி."

தலையை உயர்த்தி அவனை ஏறிட்டுப் பார்த்தான்.

"போட்டோவில சிரிச்சிக்கிட்டு ரொம்ப நல்லா இருக்கற!"

சர்வர் ஆளுக்கொரு இலையைப் போட்டான். பெரிய இலை, பசுமை மாறாத தலை வாழை இலை. பெரிய ஓட்டல்களில் தான் வாழையிலை கிடைக்கிறது என்று இவன் சொல்லிக் கொண்டான்.

தாமோதரன் தண்ணீர்விட்டு இலையை இரண்டு முறை அலம்பிக்கொண்டான்.

"சங்கர், வீடு எங்கே வச்சி இருக்க?"

"வீடா? திருவல்லிக்கேணியில!"

"அதெல்லாம் நமக்கு ரொம்பத் தெரிஞ்ச ஏரியாதான். எங்க சரியா சொல்லு, நான் கண்டுபிடிச்சிடுறேன்."

இவன் இடத்தைச் சொன்னான். அவன் நிமிர்ந்து பார்த்தான்.

“அங்க வீடு ஒண்ணும் இல்லீயே; ஒரு லாட்ஜ்தானே இருக்கு.”

“ஆமாம்.”

“லாட்ஜிலதான் இருக்கிறியா?”

சாதம் வந்தது. அதன் கூடவே குழம்பு வந்தது. மீன் குழம்பு. தாமோதரன் கொஞ்சமாகச் சோறும் குழம்பும் வாங்கிக் கொண்டான். இரவில் அவன் பொதுவாகச் சாதம் சாப்பிடுவது இல்லை. சப்பாத்திதான். நண்பர்கள் சேர்ந்துவிட்டால் தவிர்க்க முடியாமல் சாதம் சாப்பிடுவான்.

“உனக்குக் கல்யாணம் ஆகிடுச்சின்னு கேள்விப்பட்டேன்; யாரோ சொன்னாங்க!”

இவன் தலைகுனிந்தபடியே சோற்றைப் பிசைந்து சாப்பிட்டான். ஒரு சர்வர் பெரிய தட்டில் மீன், இறால், சுறா புட்டு காடை – என்று கொண்டுவந்தான்.

இவன் கையை உயர்த்தி ஒன்றும் வேண்டாம் என்று தள்ளினான்.

“உனக்கு மீன்தான் ரொம்பப் பிடிக்கும். நல்லா சாப்பிடு. இங்க மீன் வறுவல் ரொம்ப நல்லா இருக்கும். சாப்பிடு ... வைப்பா ... ரெண்டு சுறாபுட்டு இரண்டு மீன் வறுவல் வை.”

“இரண்டா?”

“சும்மா கூச்சப்படாம சாப்பிடு. ரொம்ப வருஷத்துக்கு அப்புறம் ஒண்ணா சாப்பிட வந்து இருக்கோம்.”

மறுத்துத் தட்டி விட்டுச் சாப்பிட முடியாது என்பது இவனுக்குத் தெரிந்தது. மெதுவாகச் சாப்பிட ஆரம்பித்தான். மீன் வறுவல் அவன் வீட்டில் நன்றாக இருக்கும். ஆனால் எப்போதும் விரால் வறுவல்தான். இரண்டு நாளைக்கு ஒருமுறை அவன் அப்பா விரால் கொண்டு வந்துவிடுவார். தன் உடம்பில் இருக்கும் சதையில் பாதி விரால் சதை என்று இவனுக்கு இப்போது பட்டது. அவன் அம்மா – இவனையும் ஒரு பிள்ளைபோலத்தான் வளர்த்தாள். வித்தியாசம் பாராட்டாத அவன் அம்மா ஒரு நாள் பாம்பு கடித்துச் செத்துப்போனாள். இவனுக்குத் தன் தாயையே இழந்ததுபோல இருந்தது. அதிலிருந்து பாம்பைக் கண்டால் அது தண்ணீர்ப் பாம்பாக இருந்தாலும் சரி, அடித்துப் போட்டு விடுவான்.

ஒரு நாள், நல்ல பாம்பை அடித்துக்கொண்டு இருக்கும் போது, தாமோதரன் இவன் கையைப் பிடித்தான். இவனை

ஒரு பக்கமாக இழுத்துக்கொண்டு போய், "அம்மா ஒண்ணும் பாம்பு கடிச்சி சாகல" என்றான்.

"பின்ன ?"

"அப்பா அடிச்சிக் கொன்னுட்டார் !"

"நிஜமா ?"

"நிஜந்தான் !"

கையில் இருந்த கல்லைத் தரையில் வீசியடித்தான்.

"தாமோதரன் இரண்டு வாய் சோறு தின்றான்; கொஞ்சம் தண்ணீர் குடித்தான். தலையை இவன் பக்கம் நீட்டி, "சொல்லு, கல்யாணம் ஆச்சி அப்புறம் ?" என்றான்.

"அப்புறம் என்ன அவ போயிட்டா !"

"அடப் பாவமே !" சோற்றை இலையில் உதறினான்.

"போயிட்டான்னா, செத்து ஒண்ணும் போகல ! பக்கத்து வீட்டுக்காரனோடு போயிட்டா !"

அவன் தலையைப் பரபரவென்று அசைத்தான்.

"ஒரு வாட்டி வேலை நிறுத்தத்துல எனக்கு வேல போயிடுச்சி. யூனியனுக்கும் தொழிற்சாலைக்குமென்னு அலஞ்சிக் கிட்டு இருந்தேன். அப்ப, பக்கத்து வீட்டுல ஒரு சினிமாக்கார லைட்பாய் இருந்தான். அவன்கூட இவ போயிட்டா. அவ பண்ணினது சரிதான்னு இப்ப தோணுது."

தாமோதரன் இவனுக்கு ஆறுதலாக ஏதாவது சொல்ல வேண்டும் என்று நினைத்தான். ஆனால் என்ன சொன்னால் இவனுக்கு ஆறுதலாக இருக்கும் என்று தீர்மானிக்க முடியவில்லை. இவனையே பார்த்துக்கொண்டிருந்தான்.

மறுபடியும் மீன் வறுவல் தட்டு வந்தது.

"சுறா புட்டுச் சாப்பிடு."

"இலையில இருக்கறதே சாப்பிட முடியாதுபோல இருக்கு !"

"நீ என்ன சாப்பிட்டுட்ட. நான் உன்ன மாதிரி நாலு மடங்கு சாப்பிடுவேன் ! இப்ப டாக்டர் பயமுறுத்தி அதெயெல்லாம் குறைச்சிட்டேன். பார்த்தியா வாழ்க்கை எப்படி போகிறதுன்னு !"

இவன் தலையசைத்தான். அப்புறம் குனிந்து மீனைப் புட்டுச் சாப்பிட ஆரம்பித்தான். வஞ்சிரம் நன்றாகத்தான் வறுத்து இருக்கிறான். ரொம்ப நாட்களுக்குப் பிறகு இன்றுதான்

நல்ல சாப்பாடு சாப்பிடுவது மாதிரி இவனுக்கு இருந்தது. தலையை நிமிர்த்திப் பார்த்தான். அவன் தன் கதையைக் கேட்டு வருத்தப்பட்டுக்கொண்டு சோற்றை உருட்டிக்கொண் டிருப்பது மாதிரி இருந்தது.

“நீ சாப்பிடல?”

“உம்...”

சாப்பாட்டின் ருசியே மாறிவிட்டதுபோல இருந்தது. இலையின் நடுவில் இருந்ததையெல்லாம் ஒரு பக்கமாக ஒதுக்கிவிட்டுச் சாப்பிட்டு விட்டது மாதிரி பெயர் பண்ணிக் கொண்டு தாமோதரன் எழுந்தான். இவன் அவசரப்படவில்லை. மெதுவாகச் சாப்பிட்டு விட்டு மெதுவாகக் கையைத் துடைத்துக் கொண்டு வந்தான். நாற்காலியில் சாய்ந்திருந்த தாமோதரன் எழுந்தான்.

“மணி என்ன ஆகுது?” இவனுக்கு யூனியன் கமிட்டிக் கூட்டம் மனத்தில் இருந்தது.

“அதுக்கு நேரம் இருக்கு” பீடாவை நீட்டினான். அதை வாங்கி வாயில் திணித்துக்கொண்டான்.

“சங்கர், நீ எங்க வேலையில இருக்க?”

“வேஸ்டு எஞ்சினரிங்யில!”

“சேலத்து ஆளுங்க தானே! நம்ப ஒயிப் வழியிலே எதோ சொந்தம். ஒருவாட்டி வீட்டுக்குக்கூட வந்து இருக்காங்க!”

“நான் கேட்கவே இல்ல; உனக்கு எப்ப கல்யாணம் ஆச்சி?”

“நீ தான் ஒண்ணுமே பேசமாட்டேங்கிறியே!”

“அப்படியெல்லாம் ஒண்ணும் இல்ல. நம்ப பார்த்து ரொம்ப வருஷம் ஆச்சு இல்ல அதனால பேசுறதுல என்னவோ சங்கட்டம் இருக்குது!”

“நிஜமாவா?”

“எப்ப கல்யாணம் ஆச்சி? அதைச் சொல்லு.”

“ரொம்ப லேட்டா; ஆறு வருஷத்துக்கு முன்னால! அதுக்குப் பத்திரிகை வைக்க உங்களை எல்லாம் தேடு தேடுன்னு தேடினேன். அட்ரஸ் கண்டுபிடிக்க முடியல!”

“அதனால என்ன? சந்தோஷமா இருந்தா சரிதான்.”

“நீங்க எல்லாம் இல்லாமப் போனது வருத்தமாத் தான் இருந்துச்சி.”

இரண்டு பேரும் காரில் வந்தமர்ந்தார்கள். கார் நகர்ந்து சாலைக்கு வந்தது. பின்னால் இருந்து வந்த லாரி காரை முந்திக்கொண்டு வேகமாகச் சென்றது. அதற்குப் பின்னால் பஸ் வந்தது. வேகமாக வந்த ஒவ்வொரு வாகனத்திற்கும் வழி விட்டுவிட்டு மெதுவாகவே அவன் காரை ஓட்டிக்கொண்டு சென்றான். பிறகு இவன் பக்கம் திரும்பி, "உன் கதையைக் கேட்க மனசுக்கு ரொம்ப கஷ்டமா இருக்கு. இதெல்லாம் உனக்கு எதுக்கு நேரணுமென்னு தெரியல" என்றான்.

சங்கரன் பையில் கைவிட்டுப் பீடியை எடுத்துக் கொளுத்திக் கொண்டான். புகையை வெளியே ஊதினான்.

"அப்புறம் நீ கல்யாணம் பண்ணிக்கவே இல்லையா?"

"மணி என்ன ஆகுது?"

"எட்டு."

"எட்டா?"

"லாட்ஜ்க்குத் தானே, நான் கொண்டுபோய் விட்டுடுறேன்."

"யூனியன்லே கமிட்டி மீட்டீங் இருக்கு அதுக்குப் போகணும்."

"அவசியம் போகணுமா?"

"இப்படி பஸ்டாண்ட் கிட்ட நிறுத்து நான் இறங்கிக்கிறேன்"

"அவசியம் போகணுமென்றால் நானே கொண்டுபோய் விடுகிறேன்."

"இங்க நிறுத்து போதும்."

"உனக்கு எதுக்குக் கோபம் வருது?"

"கோபம் என்ன! பஸ் இருக்குது! அதுல போகலாமென்னு தான்."

"நீ இப்ப யூனியன் ஆபிஸுக்குக் கார்லதான் போகப் போற!"

"சரி" காரில் சாய்ந்துகொண்டான். அது வளைந்து திரும்பியது.

"நாளைக்குப் பகல்ல ரூமிலதானே இருப்ப?"

இவன் பதிலொன்றும் சொல்லவில்லை. கைகளைக் கட்டிக்கொண்டு சாலையையே பார்த்துக்கொண்டிருந்தான். அப்புறம் அவசரம் அவசரமாக, "இங்க நிறுத்திக்க, இப்படியே இறங்கி நடந்துபோயிடுறேன்!" என்றான்.

கார் ஒதுங்கி நின்றது. கதவைத் திறந்துகொண்டு சங்கரன் கீழே இறங்கினான்.

"நாளைக்கு லாட்ஜுக்கு வர்றேன்!"

"எதுக்கு?"

"சும்மா உன்ன பார்க்கத்தான். இவ்வளவு நேரம் ஒண்ணா இருந்தும் ஒண்ணாம் பேச முடியல!"

"நான் எங்க இருப்பேன்னு சொல்ல முடியாது!" என்று சொல்லிக்கொண்டே மூத்திர நாற்றம் அடிக்கும் சந்தில் புகுந்து வேகமாக நடந்தான்.

தாமோதரன் கொஞ்ச நேரம் அவன் போவதையே பார்த்துக் கொண்டிருந்தான். அப்புறம் காரில் ஏறி உட்கார்ந்தான். மனத்தில் சந்தோஷம் பூத்துக் குலுங்கியது! அந்தச் சந்தோஷத்தோட ஆக்ஸிலேட்டரை அழுத்தி மிதித்தான். கார் வேகமாக ஓடியது.

4

மணி இரண்டிருக்கும். சங்கரன் அழுக்குக் கைக் குட்டையை எடுத்து முகத்தைத் துடைத்துக் கொண்டு அறைக்குள் நுழைந்தான். அவன் அறையில் இரண்டு பேர் உட்கார்ந்து பேப்பர் படித்தபடி இருந்தார்கள். இவன் செருப்புச் சப்தம் கேட்டதும், கையில் இருந்த பேப்பரை கீழே வைத்துவிட்டு எழுந்தார்கள்.

"உட்காருங்க... சும்மா உட்காருங்க!" சங்கரன் செருப்பைக் கட்டிலுக்குக் கீழே கழட்டிப் போட்டுவிட்டு பொன்னுவேலு பக்கத்தில் உட்கார்ந்தான். கை சட்டைப் பித்தானைக் கழட்டி விட்டது. பார்வை மேலே உயர்ந்தது. சுற்றாத ஃபேன் அழுக்காக இருந்தது.

"கரண்ட் இல்லீங்க" என்றான் பொன்னுவேலு.

"இப்ப பகல்ல அடிக்கடி கரண்ட் போயிடுது."

சங்கரன் எழுந்து பேண்ட்டைக் கழற்றிப் போட்டு விட்டுக் கட்டிலின் ஓரத்தில் கிடந்த லுங்கியை எடுத்துக் கட்டிக் கொண்டான். மேல் சட்டையைக் கழட்டி கொடியில் போட்டான். பனியன் இல்லாத மார்பில் நெஞ்சுமயிர் நரைத்துவிட்டது. எலும்புகள் துருத்திக்கொண்டு வெளியே தென்பட்டன. பொன்னு பக்கத்தில் உட்கார்ந்து, "பேப்பர்ல என்ன போட்டிருக்கு?" என்றான்.

"ரொம்ப பழைய பேப்பருங்க."

"பேப்பர்ல பழசு புதுசுன்னு பெரிசா வித்தியாசம் இருக்கா?"

சங்கரன் பின்னால் திரும்பிப் படுக்கைக்குக் கீழே இருந்து பீடிக்கட்டையும் தீப்பெட்டியையும் எடுத்தான். ஒரு பீடியை வாயில் வைத்துக்கொண்டு

இன்னொரு பீடியை பொன்னுவேலுவிடம் நீட்டினான். அப்புறம் தாமஸ் பக்கம் திரும்பி, "உனக்குப் பீடி குடிக்கற வயசு இன்னம் வர்ல" என்றான்.

தாமஸ் தலையை அசைத்து சப்தம் இல்லாமல் சிரித்தான். அவன் வேலையில் சேர்ந்து ஒன்பது மாதங்கள்தான் ஆகிறது. அதில் ஒன்னறை மாதம் வேலை நிறுத்தம். பிறகு லாக் அவுட். மற்றவர்களோடு அவனும் வெளியில் நிற்கிறான். லாக் அவுட் முடிந்து, தொழிற்சாலை திறக்கப்பட்டால்கூட தாமஸ் போன்றவர்களுக்குத்தான் பிரச்சினைகள் வரும். வெளியே தள்ள நிர்வாகம் முயலும், 'அதை அப்புறம் கவனிக்க வேண்டும்' என்று சொல்லிக்கொண்டான்.

தாமஸ் நல்ல பையன்! பேச மாட்டான்! எது கேட்டாலும் ஒரு சிரிப்பு; புன்சிரிப்பு. அதுதான் இவன் பாஷையோ என்று பட்டது. ஆரம்பத்தில் பொன்னுவேலுக்கு வேண்டிய ஆளாக இருந்தான். இப்போது எல்லோருக்கும் வேண்டிய ஆளாகி விட்டான். அவனுக்கு நல்லா படம் போட வந்தது. கையெழுத்தும் ஜோரா இருந்தது. வேலை நிறுத்தம் உச்சத்தில் இருந்தபோது சுவரெல்லாம் கோஷங்கள் எழுதினான். அப்பொழுதுதான் இவனுக்குப் பழக்கம் ஏற்பட்டது.

சங்கரன் பீடியை அணைத்து ஜன்னலுக்கு வெளியே தூக்கிப் போட்டுவிட்டு, "டீ" என்றான்.

"இல்ல வேணாம்! இப்பதான் சாப்பிட்டோம்!"

"அப்ப சொல்லுங்க."

"நம்ப தாமஸ்க்குக் கல்யாணம்! அதுக்குப் பத்திரிகை. கொடுக்கத்தான் வந்தோம்!"

"தாமஸ் உனக்கு ரொம்பதான் துணிச்சல்!"

அவன் எழுந்து முன்னே வந்து கல்யாணப் பத்திரிகையை இவனிடம் நீட்டினான். சங்கரன் அவசர அவசரமாக எழுந்து அதை வாங்கிக்கொண்டு, அவன் கையைப்பற்றி சந்தோஷத்தோடு குலுக்கினான்.

"இங்கதான் சார்! நீங்க அவசியம் வர்ணும்!"

"கண்டிப்பா..."

அவன் கையில் ஒரு பை வைத்துக்கொண்டிருந்தான்; அது நிறைய பத்திரிகை இருந்தது. அப்புறம் நிமிர்ந்து பொன்னுவைப் பார்த்தான். அவர் எழுந்தார். சாதாரணமாக அவர் எழுந்து போகக்கூடிய ஆளில்லை. பேச உட்கார்ந்துவிட்டால் அதுவும்

சா. கந்தசாமி

சங்கரன்கூட உட்கார்ந்துவிட்டால் எழுந்து போக மாட்டார். ஏதாவது பேசிக்கொண்டும், கேட்டுக்கொண்டும் இருப்பார். கேட்டுக்கொண்டு இருப்பதைவிட பேசுவதில்தான் விருப்பம் அதிகம். அதற்காகவே பலர் அவரை உதறிவிட்டு இருக்கிறார்கள். சங்கரன் உதறிவிடுகிற ஆள் இல்லை. அவன் அறைக்கு யார் வேண்டுமானாலும் வரலாம்; எப்போது வேண்டுமானாலும் வரலாம். அவன் இருக்க வேண்டும் என்று அவசியம் இல்லை. உள்ளே வந்து கட்டிலில் படுத்துக்கொள்ளலாம். கேண்டீனில் காபி சாப்பிடலாம்.

இரண்டு பேரும் எழுந்து போனதும் சங்கரன் குளிப்பதற்குத் தயாரானான். காலையில் அவன் குளிக்கவில்லை. காலையில் எப்போதும் குளிக்கற முதல் ஆள் அவன்தான். ஐந்து மணிக்கு குளிக்கும் அறைக்குள் புகுந்தான். குழாயைத் திறந்துவிட்டான். தண்ணீர் வரவில்லை. கொர் கொர் என்று காற்று சப்தம் வந்தது. சிறிது நேரம் நின்றுகொண்டிருந்தான்.

ஏழு மணிக்கு அவன் ரயில்வே நிலையத்தில் இருக்க வேண்டும். யூனியன் தலைவர் தொழிலாளர் அமைச்சகத்தின் பதினேழாவது அகில இந்திய உற்பத்திக் குழு கூட்டத்தில் கலந்துகொள்ளப் போகிறார். தொழிலாளர் நல அமைச்சர்தான் அதன் திறப்பாளர். அமைச்சரை விட்டு, தொழிற்சாலை முதலாளியை மிரட்டி லாக் அவுட்டை அகற்ற வைக்கலாம் என்று இரண்டு நாட்களுக்கு முந்திய கூட்டத்தில் கூறினார்.

தொழிலாளர் நல அமைச்சரிடம் சமர்ப்பிக்க வேண்டிய அறிக்கைகள் விவரங்கள் எல்லாம் சேகரிக்கப்பட்டன. அந்தக் காகிதங்கள் கசங்கியும் மடிந்தும் இருந்தன. புதிதாக டைப் அடித்தால் நன்றாக இருக்கும் என்று யாரோ ஒருவன் சொன்னான். எல்லோருக்கும் அது சரியென்று பட்டது.

செயலாளர் திரும்பினார். கண்ணில் சங்கரன் பட்டான்.

“நீங்கதான் நல்லா டைப் அடிப்பீங்க. நாலு காப்பி டைப் அடிச்சு எடுத்துக்கிட்டு ஆறரை மணிக்கு ரயிலடிக்கு வந்துடுங்க.”

“ஆறரை மணிக்கா?”

“எட்டு மணிக்கி வண்டியில்ல!”

டைப் அடித்த காகிதங்களை ஃபைலில் போட்டுக் கொண்டு ஆறரை மணிக்கு ரயிலடிக்குச் சென்றான். ஏழேகால் மணி வரையில் யாரும் வரவில்லை. ஏழே முக்கால் மணிக்குச் செயலாளர் வந்தார். ஃபைலை அவரிடம் நீட்டினான். அவர் புரட்டிப் பார்த்தார். சுத்தமாக டைப் அடித்து இருப்பது தெரிந்தது.

“நான் பார்க்க வேண்டியது இல்லியே!”

இவன் புன்னகை பூத்தான்.

ரயில் புறப்படுவதற்கு ஏழு நிமிடங்களுக்கு முன்னால் தலைவர் வந்தார். மாலை அணிவிக்கப்பட்டது. துணைச் செயலாளர் இரண்டு ஆப்பிள்களைக் கொடுத்தான். கடைசியில் அமைச்சர் முன் வைக்கப்பட வேண்டிய ஃபைல் நீட்டப்பட்டது.

“என்ன இது?”

“தொழிற்சாலை லாக் அவுட் பத்திய ஃபைல்.”

“இதெ தூக்கிக்கிட்டுப் போய் என்ன பண்ணப் போறேன்?”

“நீங்க அமைச்சர் கிட்ட ஒரு வார்த்தை சொன்னா போதும். முதலாளி கொழுப்ப அடக்கி முதுகு எலும்ப முறிச்சிடலாம்... சமயம் கிடைச்சா அமைச்சர் கிட்ட ஒரு வார்த்தை சொல்லுங்க.”

“சமயம் கிடைக்கிறதா? கடைசி ரெண்டு நாளும் அமைச்சர் கூடத்தான் இருக்கப் போறேன்! அப்ப, அவர் காதுல போடுறேன். இது ரொம்ப சின்ன விஷயம் அதான்..!”

“முதலாளி கொழுப்ப அடக்கணும்!”

“அடக்கிடலாம்!”

கார்டு விசில் ஊதினார்.

தலைவர் சிந்தாபாத்!

இன்குலாப் சிந்தாபாத்!

சிந்தாபாத்... சிந்தாபாத்!

இன்குலாப் சிந்தாபாத்!

ரயில் போனதும் ஒன்றாகப் புறப்பட்டு யூனியன் அலுவலகத்திற்கு வந்தார்கள். கமிட்டிக் கூட்டம், தொடங்கியது. மூன்று மணி நேரம் புகையும், டீயுமாகப் பேச்சு நடந்தது. இவன் கன்னத்தில் கை வைத்துப் புதைத்துக்கொண்டு ஒவ்வொன்றையும் காதில் வாங்கியபடி இருந்தான்.

கூட்டம் ஒரு முடிவுக்கும் வராமல் ஒன்னறை மணிக்கு சாப்பாட்டிற்காகக் கலைந்தது. அவர்களோடு சாப்பிடப் போக இவனுக்குப் பிடிக்கவில்லை. அதோடு குளிக்காமல் இருந்தான், வியர்வை கசகசத்தது. யாரிடமும் சொல்லிக்கொள்ளாமல் பஸ் பிடித்து லாட்ஜ்க்கு வந்தான். இவன் அறையில் பூட்டு என்ற

பெயரில் பழங்காலத்துப் பூட்டு ஒன்று தொங்கும், அதற்குச் சாவி கிடையாது. இரண்டு முறை பூட்டைக் குலுக்கினால் தானே திறந்து கொண்டுவிடும்.

இவன் அறையைவிட்டு வெளியே வந்ததும் தங்கையா வந்தான்.

"உட்காரு, குளிச்சிட்டு வந்துடுறேன் !"

அவன் பதிலொன்றும் சொல்லாமல் உள்ளே நுழைந்து மோடாவை ஜன்னல் பக்கம் எடுத்துப் போட்டுக்கொண்டு உட்கார்ந்தான். இரண்டரை மணிக்குக் கூட வெய்யில் இறங்காதது போலத்தான் இருந்தது. 'இந்த வருஷமே ரொம்ப வெய்யில் தான்' என்று சொல்லிக்கொண்டான்.

வாசல் கதவு மெதுவாகத் தட்டப்பட்டது. தலையை வளைத்துத் திரும்பிப் பார்த்தான், கதவு மறுபடியும் தட்டப் பட்டது.

"யார் அது ?"

"இது சங்கரன் ரூம் தானே ?" தாமோதரன் அறைக்குள் வந்தான்.

"ஆமாம் !"

"அவர் இல்லையா ?"

"குளிக்கப் போயிருக்கார். நீங்க யார் ?"

"பிரண்ட்."

"உட்காருங்க, வந்துடுவார் !" மோடாவை முன்னே எடுத்துப் போட்டுவிட்டுக் கட்டிலில் உட்கார்ந்தான்.

தாமோதரன் செருப்பைக் கழட்டிப் போட்டுவிட்டு உள்ளே சென்றான். கட்டிலில் போர்வை கசங்கிக் கிடந்தது. அழுக்கேறிய தலையணைகள் ! ஒரு தலையணை மீது பீடிக் கட்டு, தீப்பெட்டி, டீ குடித்த இரண்டு கிளாஸ், இடது பக்கச் சுவரில் ஒரு காலண்டர்.

"உட்காருங்க சார், இப்ப வந்துடுவார் !" பீடியையும் தீப்பெட்டியையும் எடுத்துக்கொண்டு வாசலுக்கு வந்தான்.

இவன் மோடாவில் உட்கார்ந்தான். அறையில் குறுக்காக ஒருவன் படுக்க முடியாது போலப் பட்டது. இந்த அறையில் எப்படி இவன் இருக்கிறான் என நினைத்தான்.

ஊரில் சங்கரன் வீடுதான் பெரிய வீடு. ஓடு வேய்ந்த சுற்றுக் கட்டு வீடு. வாசலில் பெரிய வேப்ப மரம்! கோடையில் வீட்டின் முன்னே பந்தல். அவன் அப்பா தபால் ஆபீசில் போஸ்ட் மாஸ்டராக இருந்தார். ரொம்ப சாது! இரைந்தே பேச மாட்டார்! அம்மா அவருக்கு நேர் எதிர்! எப்பவும் பேசிக்கொண்டும் ஆட்களை விரட்டிக்கொண்டும் இருப்பாள்! வீட்டிற்குப் போனதும் பெரிய லோட்டாவில் காபி வரும்! காபி குடிக்க தாமோதரன் கற்றுக்கொண்டதே அந்த வீட்டில்தான். அந்த மாதிரி ஒரு காபியை அப்புறம் எங்குமே குடிக்கவில்லை என்பது இப்போது நினைவுக்கு வந்தது.

தாமோதரன் நிமிர்ந்து உட்கார்ந்தான். பெரிய வீட்டில் செல்லப் பிள்ளையாக வளர்ந்தவன் அழுக்குப் பிடித்த லாட்ஜ்ஜில் டீ குடித்துக்கொண்டு பீடி குடித்துக்கொண்டு – காலத்தைப் போக்கிக்கொண்டு இருக்கிறான்.

அம்மாதான் காரணம் என்று இவன் நினைத்தான். அவளுக்கு ஒரே ஒரு தம்பி – சங்கரனுக்கு மாமா. மோட்டார் காரில் வீட்டிற்கு வருவார். இரண்டொரு சமயம் இவன் பார்த்து இருக்கிறான். ஒரு சமயம் காரில் ஏற்றிக்கொண்டு போய் பள்ளிக்கூடத்தில் விட்டு இருக்கிறார். தொழிலில் ஏதோ கஷ்டம்; வந்தவர் இரண்டு, மூன்று நாட்கள்போல இருந்தார். வீட்டை விட்டு வெளியிலே வரவில்லை. அதற்குப் பிறகு ஒரு மாதம் கழித்து சங்கரன் சின்ன வீட்டிற்கு வாடகைக்கு வந்தான். அப்போது, அப்பா முன்னை மாதிரிதான் இருந்தார். ஆனால் அம்மாவைத் தான் பார்க்கச் சகிக்க முடியவில்லை, சொத்தெல்லாம் போன ஏக்கம் அவரை ஒரேயடியாகப் பாதித்துவிட்டது.

"வா, வா!" என்று சொல்லிக்கொண்டே சங்கரன் உள்ளே நுழைந்தான். இடுப்பில் ஒரு சின்ன சாயத்துண்டு.

"நீ இருக்கணுமென்னு நினைச்சிக்கிட்டே வந்தேன்!"

"இல்லாம எங்க போறது!" பெட்டியைத் திறந்து சலவை செய்து வைத்திருந்த பேண்ட்டை எடுத்துப் போட்டுக்கொண்டான்.

"தங்கையா, மூனு டீ சொல்லு."

"டீயா வேணாம்!"

"அட, என்ன வேணாம், சும்மா குடி. நான் ரெண்டு மணி நேரமா டீயே குடிக்கல."

இவன் ஒரு சட்டையைப் போட்டுக்கொண்டு, "சொல்லு, அப்புறம்" என்றான் தாமோதரன் பக்கம் திரும்பி.

“இந்தப் பக்கமா ஒரு வேலையா வந்தேன். திடீரென்று உன் ஞாபகம் வந்துச்சி. பார்த்துட்டுப் போகலாம் என்று உள்ளே நுழஞ்சேன்.”

“இடத்தைக் கண்டுபிடிச்சிட்ட!”

ஒரு பீடியை எடுத்துப் பற்ற வைத்துக்கொண்டான். தாமோதரன் தலையை அசைத்தான். டீ வந்தது. ஒரு கிளாசை வாங்கித் தாமோதரனிடம் நீட்டினான்.

“நீ டீ கொடுக்கறதைப் பார்த்தா, உங்க அம்மா காபி கொடுக்கறதுதான் ஞாபகத்துக்கு வருது.”

இவன் முகம் டீ கிளாஸில் இருந்து உயர்ந்தது. ஒரு கணம் அவனை ஏறிட்டுப் பார்த்தான். ரொம்ப நாட்களுக்குப் பிறகு அம்மாவைப் பற்றி கேள்விப்படுகிறான். அம்மாவைப்பற்றிப் பேச சரியான ஆள்தான் அவன். ஏனெனில் அவன் அம்மா பிள்ளை. தன்னைப் போலவே அவனும் வீட்டில் வளர்ந்தான். இரண்டு நாட்கள் அவன் வராவிட்டால் “எங்கடா, உன் சிநேகிதன்” என்று அம்மா கேட்பாள். அவனைக் காணாத ஏக்கம் கண்ணில் தென்படும்.

இப்போது அம்மா இல்லை; அப்பா இல்லை! சொத்தெல்லாம் போன ஏக்கத்திலேயே அம்மா ஒடுங்கி திடீரென்று ஒருநாள் போய்விட்டாள். அவன் அப்போது சிறையில் இருந்தான்! ஏழாம் நாள் செய்தி கிடைத்தது. பரோலில் விடுவதாகச் சொன்னார்கள்! இவன் போக மறுத்துவிட்டான். பத்து நாட்களுக்குப் பிறகு விடுதலை கிடைத்தது. ஊருக்குப் போனான். அப்பா இல்லை; அம்மாவுக்குக் கொள்ளி வைத்துவிட்டு அப்படியே எங்கோ போய்விட்டதாகச் சொன்னார்கள். இவனுக்குப் பேசவே தோன்றவில்லை. மெதுவாகத் திரும்பி காவிரிக்கரைக்கு வந்தான். தண்ணீர் இரு கரைகளையும் தொட்டுக் கொண்டோடியது. இறங்கி வெகு நேரம் குளித்தான்.

“டீ ரொம்ப நல்லா இருக்கு!” தாமோதரன் கிளாஸை கீழே வைத்துவிட்டு சலவை செய்த வெள்ளைக் கைக்குட்டையை எடுத்து முகத்தைத் துடைத்துக் கொண்டான்.

இவன் பதிலொன்றும் சொல்லவில்லை; காலை மடக்கி உட்கார்ந்தான்.

“நீ இருக்கற இடத்துல எல்லாம் நல்லாதான் அமஞ்சிடுது!”

“பின்ன, உன் புரோகிராம் என்ன?”

“என்னோட, வீட்டுக்கு வர்றே!”

"நானா?"

"ஆமாம்!"

"ரெண்டு மணி நேரத்துக்கு எனக்கு வேல இருக்கு."

"அதெ முடிச்சிக்கிட்டுப் போகலாம்; எனக்கு ஒண்ணும் வேல இல்ல! உன் கூடத்தான் இருக்கப் போறேன்."

"அப்படியா? விட மாட்ட?"

"கண்டிப்பா விட மாட்டேன்!"

இவன் எழுந்து படுக்கையைத் தூக்கி டையரியை எடுத்தான். பக்கங்களைப் புரட்டினான். ஒரு பத்து ரூபாய் நோட்டு இருந்தது. அதை எடுத்துப் பையில் வைத்துக்கொண்டு மறுபடியும் டையரியை படுக்கைக்குக் கீழே வைத்தான்.

தங்கையா விடைபெற்றுக் கொண்டான். இவனால் போவதா வேண்டாமா என்பதைத் தீர்மானிக்க முடியவில்லை; மறுபடியும் உட்கார்ந்தான்.

"புறப்படலாமா?"

"சரி."

இரண்டு பேரும் எழுந்து முன்னும் பின்னுமாக நடந்து கீழே வந்தார்கள். வாசலில் கார் நின்று கொண்டிருந்தது. காரின் கதவைத் திறந்தான். இவன் முன்னே உட்கார்ந்தான். கதவு சார்த்தப்பட்டது.

"நீ வருவேன்னு நினைக்கில."

"அப்படியா!"

"நிஜமா தான்."

தலையசைத்தான். பார்வை சாலையில் படிந்தது. லாரி கார் வேகமாகச் சென்றுகொண்டிருந்தன.

5

சங்கரன் சாய்ந்து பேண்ட் பையில் இருந்து பீடியை எடுத்தான். அதை வாயில் வைத்துப் பற்ற வைத்துக்கொண்டு புகையை அவன் பக்கமாக ஊதினான். அவன் பார்வை ஒருமுறை இவன் பக்கமாகத் திரும்பியது. ஒரு கணந்தான். பிறகு சாலையில் படிந்தது. ரொம்ப கவனமாகக் காரை ஓட்டிக்கொண்டு போனான். எதிரே லாரிகளும், பஸ்களும், கார்களும் வந்தபோது கையும் காலும் துரித கதியில் இயங்கின. வெகுநாட்களாகக் கார் ஓட்டுகிறான் போலும் என நினைத்தான்.

பள்ளிக்கூடத்தில் படிக்கும்போது தாமோதரனுக்குச் சைக்கிள் ஓட்டத் தெரியாது. இவன்தான் கற்றுக்கொடுத்தான். ஆனால் லேசில் அவனுக்கு வரவில்லை. சைக்கிளில் ஏறியதும் இடுப்பு வளையும்; சைக்கிள் வளைந்துகொண்டு போகும்.

வாய்க்காலிலோ, குளத்திலோ விழுந்து விடுவானோ என்ற பயம் இவனுக்கு வந்துவிடும். "தாமு... நேராடா... தாமு" என்று கத்திக்கொண்டே பின்னால் ஓடினான். அவன் அருகில் போனபோது அவன் கீழே விழுந்து கிடந்தான். சைக்கிள் இன்னொரு பக்கத்தில்.

"போடா உன்னால் சைக்கிளே கத்துக்க முடியாது!" அவனைப் பார்க்காமலேயே சைக்கிளைத் தூக்கி நிறுத்தினான். அது ஓட்டை சைக்கிள், செயின் அடிக்கடி கழன்றுவிடும். குனிந்து பார்த்தான். செயின் கழலவில்லை. ஆச்சரியந்தான்.

"சங்கர்! கொஞ்சம் இப்படி வா, இடுப்புல நல்ல அடி." தாமோதரன் ஒரு கையைத் தரையில் அழுத்தி ஊன்றி இன்னொரு கையை இவனை நோக்கி நீட்டினான்.

"அடிதான் படும், சைக்கிள் விட்டா."

“ரொம்ப வலிக்குது.” உதட்டைப் பல்லில் கடித்துக் கொண்டான்.

இவன் ஸ்டாண்ட் போட்டுச் சைக்கிளை நிறுத்திவிட்டு அவன் முன்னே வந்து அவனுக்குக் கையை நீட்டினான். மெதுவாக கஷ்டப்பட்டுக் கொண்டெழுந்தான். கால்களை ஊன்றி உடம்பை நெளித்துக்கொண்டான்.

“எங்க வலிக்குது?”

“இடுப்பு பக்கத்துல.”

“நெளிச்சி நெளிச்சிக்கிட்டுச் சைக்கிள் விட்டா அப்படித் தான் அடிபடும்.”

அவன் பதிலொன்றும் சொல்லவில்லை. இவனையே பார்த்துக்கொண்டிருந்தான். தவறுகளும், இயலாமையும் அவனை வருத்தமுற வைத்தது, இனி நேராக சைக்கிள் விட வேண்டும் என்று சொல்லிக்கொண்டான். காலை இழுத்துக் கொண்டு சைக்கிள் பக்கம் வந்தான்.

“இனிமெ சரியா விடுறேன்!” குரல் மாறி அழுவதுபோல இருந்தது.

“ஏறு!” சங்கர் பிடித்துக்கொள்ள அவன் ஏறி உட்கார்ந்தான். ஒரு முறை உடம்பை நெளித்து தன்னை சரிப்படுத்திக் கொண்டான். இவன் தள்ள அவன் மிதிக்க சைக்கிள் முன்னே சென்றது. சிறிது தூரம் சென்றதும், பின்னால் ஓடிய இவன் கையை விட்டு விட்டு நின்றான்.

தாமோதரன் நேராக மிதித்துக்கொண்டே சென்றான்; பரவாயில்லை, தேறி இருக்கிறான். இனிமேல் தானாகவே சைக்கிள் விடுவான் என்று நினைத்துக்கொண்டான்.

சாலை திருப்பத்தில் இருந்து ஒரு வண்டி வந்தது. அந்தச் சாலையில் வண்டி வருவதே அபூர்வம், அது தெரிந்துதான் சைக்கிள்விட அந்த இடத்தைத் தேர்ந்தெடுத்திருந்தார்கள். ஆனால் அவன் சைக்கிளில் போகவும் வண்டி வரவும் சரியாக இருக்கிறது. இரட்டை மாட்டு வண்டி, வைக்கோல் சரியச் சரிய வந்து கொண்டு இருந்தது. வண்டியில் அவன் மாட்டிக் கொண்டு விடுவானோ என நினைத்தான். அவன் போவதைப் பார்த்தால் அப்படித்தான் இருந்தது. நிற்க முடியவில்லை.

“தாமு, டேய் தாமு!” சங்கரன் கத்திக் கொண்டே முன்னால் வேகமாக ஓடினான். முன்னால் செல்லச் செல்ல இவன் குரலின் சப்தம் கூடியது.

சப்தத்திலும், கூச்சலிலும் தாமோதரன் பயந்து போய் விட்டான். திரும்பிப் பார்த்தான். சைக்கிள் வைக்கோல் வண்டியைப் பார்த்துத் திரும்பியது. பயத்தில் சைக்கிளை எதிர்ப் பக்கம் வளைத்தான். அது முறுக்கிக்கொண்டு போய் வயலில் விழுந்தது.

ஓடி வந்த சங்கரன் சாலையின் ஓரத்தில் நின்றான். சைக்கிள் ஒரு பக்கத்தில் கிடந்தது. நெற்பயிர்களுக்கு மத்தியில் இருந்து தாமோதரன் எழுந்தான். குப்புற விழுந்துவிட்டான் போலும்! அவன் மூஞ்சி தலை சட்டையெல்லாம் ஒரே சேறும், தண்ணீருமாக இருந்தது. இவன் அவசரம் அவசரமாக வயலில் இறங்கி அவன் கையைப் பிடித்து "ஒண்ணும் அடி இல்லையே தாமு?" என்று கேட்டான்.

அவன் தலையசைத்தான்.

"மூஞ்சியெல்லாம் சேறா இருக்கு; குனி அலம்பி விடுறேன்!" சற்று தூரத்திற்கு அப்பால் அவனை அழைத்துச் சென்று கலங்காத நீரில் முகத்தை அலம்பிவிட்டான்.

"வண்டிய பாத்ததும், ரொம்ப பயந்துட்டியா?"

"நீ கத்தியத பார்த்துதான் பயந்துட்டேன்!"

"வண்டில மோதிடுவியோன்னுதான் பயந்தேன்."

"நானா?"

இவன் பதிலொன்றும் சொல்லவில்லை, அவனையும் சைக்கிளையும் மாறி மாறிப் பார்த்துக்கொண்டிருந்தான். செயின் கழன்றிருந்தது, அவன் கீழே உட்கார்ந்து செயினை மாட்டினான்.

"செத்த இரு சட்டையை அலசிக்கிட்டு வர்றேன், ஒரே சேறா இருக்கு!" என்று இவன் குளத்தை நோக்கி சட்டையைக் கழட்டிக் கையில் எடுத்துக்கொண்டு ஓடினான்!

"சைக்கிள் போயிடும். சீக்கிரம் வா!" சைக்கிள் செயினைப் போட்டு ஒரு முறை வேகமாகச் சுற்றினான், அது உடனே சுழன்றது! ஒரு கல்லை எடுத்து அடித்து அதை சரிப் படுத்தினான். மறுபடியும் செயினைப் போட்டுச் சுற்றினான். சரியாகப் போய்விட்டது மாதிரி இருந்தது! சைக்கிளில் ஏறி உட்கார்ந்து ஒரு மிதி மிதித்தான்.

"இதோ வந்துட்டேன்!" குளத்தில் இருந்து இவன் கரையேறி ஓடி வந்தான். கால்சட்டையையும் மேல்சட்டையையும்

நீரில் அலசிப் பிழிந்து போட்டுக் கொண்டிருந்தான். தலையில் எல்லாம் தண்ணீர் வழிந்துகொண்டு இருந்தது.

“குளிச்சிட்டீயா?”

“ஒரே சேறு!”

“உனக்கு ராமசாமியே தேவலாம், அவன் ஒரு வாரத்துல சைக்கிள் விட கத்துக்கிட்டான்! ஆனா, நீ ஒரு மாசமா கத்துக்கற!”

இவன் தலையில் ஒட்டிக் கொண்டிருந்த தண்ணீரைக் கையால் தள்ளிவிட்டுக் கொண்டான்.

“இனிமெ உனக்குக் கத்துக் கொடுக்க முடியாது!” சங்கரன் சைக்கிளைத் தள்ளி பெடலில் கால் வைத்து ஏறினான். வளைந்த சைக்கிள் நேராக ஓட ஆரம்பித்தது! கொஞ்ச தூரம் போனதும் சைக்கிளை நிறுத்தித் திரும்பிப் பார்த்தான்; அவன் நின்று கொண்டிருந்தான்.

“ஏன், சங்கர் நின்னுட்ட?”

இவன் மேலும் நின்றான். பார்வை தீர்க்கமாக அவன் மேலே சென்றது. தலையை அசைத்துக்கொண்டான். அப்புறம் மெதுவாகக் காலெடுத்து வைத்து முன்னே சென்றான்.

“ஏறு!” தயங்கி, தாவி சைக்கிளில் ஏறினான். சைக்கிள் நெளிந்தது.

“பார்த்து பார்த்து!”

திரும்பி ஒரு பார்வை பார்த்துவிட்டு வேகமாக சைக்கிளை மிதித்தான். விரைத்துக்கொண்டிருந்தான். புளியமரத்தில் மோதி கீழே விழுவான் என்று பட்டது, நிற்க முடியவில்லை. பின்னால் வேகமாக ஓடினான்.

தாமோதரன் வீட்டின் முன்னே காரை நிறுத்தி ஹாரன் அடித்தான், காம்பௌண்ட் கதவு மூடி இருந்தது. செடிகளுக்குத் தண்ணீர் பாய்ச்சிக்கொண்டிருந்த தோட்டக்காரன் அவசர அவசரமாகக் கதவைத் திறந்து விட்டான். கார் மறுபடியும் புறப்பட்டு ஊர்ந்து வாசல் படியை ஒட்டி நின்றது. இவன் கீழே இறங்கி முன் பக்கமாக வந்து சங்கரன் இறங்க கதவைத் திறந்து பிடித்தான். அவன் நிதானமாகக் கீழே இறங்கினான். இறங்கியதும், கதவை அடித்து சாற்றிவிட்டு “வா, சங்கர்!” என அழைத்துக் கொண்டு முன்னே காலடியெடுத்து வைத்துச் சென்றான்.

புதிய வீடு, பெரிய வீடு, வர்ணத்தின் மினுமினுப்பு இன்னும் அடங்கவில்லை. இடது பக்கத்தில் பெரிய ஹால்,

குட்டை குட்டையாக நாற்காலிகள், கருஞ்சிவப்பில் கார்பெட். கார்பெட்டும் நாற்காலியின் உறைகளும் ஒரே வண்ணத்தில் இருந்தது. வித்தியாசமான இடத்திற்கு வந்துவிட்டதுபோல அவனுக்கு இருந்தது. குனிந்த தலை நிமிர்ந்தது. ஒரு வெள்ளை நாய் உறுமிக்கொண்டு வெளியே வந்தது.

"டைகர்!" தாமோதரன் ஓர் அதட்டல் போட்டான். நாய் தன்னிடத்தில் நின்று நிமிர்ந்து அவனைப் பார்த்தது. நாய் என்றால் இவனுக்குப் பயம், ஆறு மாதத்திற்கு முன்னால், ராத்திரியில் லாட்ஜுக்கு முன்னால் ஒரு நாய் காலில் கடித்தது. அப்போது மணி பன்னிரண்டோ, ஒன்றோ இருக்கும். ஊர் முழுவதும் அடங்கி இருந்தது. பல்லைக் கடித்துக்கொண்டு வலியை அடக்கப் பார்த்தான். முடியவில்லை. அதோடு ரத்தம் வேறு வந்தது, நொண்டி நொண்டிக்கொண்டு சாலைக்கு வந்தான். கொஞ்ச நேரம் கழித்து ஒரு ரிக்ஷா வந்தது, அதில் ஏறி ஆஸ்பத்திரிக்கு வந்தான். ஒரு ஊசி போட்டு காலையில் வரும்படி சொன்னார்கள். இரவு முழுவதும் அவனுக்குத் தூக்கம் இல்லை. வலியிலும் பயத்திலும் புரண்டு புரண்டு படுத்துக்கிடந்தான்.

காலையில் எழுந்ததும், ரிக்ஷா வைத்துக்கொண்டு மறுபடியும் மருத்துவமனைக்குச் சென்றான். இரண்டு டாக்டர்கள் கடியைச் சோதித்தார்கள். நாய், நல்ல நாயா, வீட்டு நாயா என்று இரண்டு பேரும் மறுபடியும் மறுபடியும் கேட்டார்கள்.

அது லாட்ஜ் கருப்பு நாய்தான். சமயத்தில் பன் வாங்கிப் போட்டிருக்கிறான். பன் வாங்கிப் போட்டால், காலைத் தூக்கி மேலே வைத்துக்கொண்டு கொஞ்சும். இருளில் அவன் அதன் கழுத்தில் மிதிக்க, கடித்து விட்டது.

நல்ல நாய் என்றதும், ஊசிபோட்டு மாத்திரை கொடுத்தார்கள். மேலும், நாயை இரண்டு வாரத்திற்கு, பார்த்துக்கொள்ளும்படி கூறினார்கள். இரண்டு வாரமும் தினமும் பன் வாங்கிப் போட்டான். அதன் நடவடிக்கைகள் மாறுகின்றதா என்று பார்த்துக்கொண்டான்.

தாமோதரன் நாயைப் பார்த்து ஓர் அதட்டல் போட்டான். அவன் குரலே ஆணையிடுவதுபோல இருந்தது. நாய் திரும்பி உள்ளே சென்றது. அப்புறம் இவன் பக்கம் திரும்பி, "அது ரொம்ப நல்ல நாய்!" என்றான்.

"அப்படியா?"

"ரொம்ப சின்ன குட்டியில இருந்து வளர்க்கிறேன். அது ரெண்டு முறை பரிசுகூட வாங்கிக் கொடுத்து இருக்குது!"

தொலைந்து போனவர்கள்

இவன் நாய் வருகிறதா என்று பார்த்தபடி இருந்தான்.

"இப்பயெல்லாம் நாய் என்றால் உனக்கு ரொம்ப பயம் போல இருக்குது?"

இவன் தலையசைத்தான். ஒரு சிரிப்பு சிரித்தான்.

ஹாலைத் தாண்டி தன்னுடைய வரவேற்பு அறைக்கு இவனை அழைத்துக்கொண்டு சென்றான். பெரிய பெரிய சோபாக்கள், வர்ணப் படங்கள். ரொம்ப வேண்டியவர்களை மட்டும் தான் அவன் வரவேற்பு அறைக்கு அழைத்துச் செல்லுவான். மற்றவர்களை ஹாலில் உட்கார வைத்துப் பேசி அனுப்பி விடுவான்.

"'உட்கார்!" இவனுக்கு ஒரு சோபாவைக் காட்டிவிட்டு எதிர் சோபாவில் அமர்ந்தான் தாமோதரன்.

இவன் உட்கார்ந்தான். சோபா உள்ளே அழுத்தி மெதுவாக மேலே வந்தது. சோபாவுக்கு ஏற்ற மாதிரி பழங்காலத்து ட்ரே; வேலைப்பாடுகள் நிறைந்தது. அதில் தமிழ், ஆங்கிலப் பத்திரிகைகள் ஒழுங்காக அடுக்கி வைக்கப்பட்டிருந்தன. நாலா பக்கமும் திரும்பிப் பார்த்தான். சுவர் முழுவதும் புகைப்படங்கள். ஒவ்வொன்றிலும் அவனே பிரதானமாக இருந்தான். பேசிக்கொண்டும் சிரித்துக் கொண்டும், மாலை போட்டுக்கொண்டும் கழட்டிக் கொண்டும் – ஒரு பெரிய மனிதன் வீட்டிற்கு வந்துவிட்ட உணர்வு இவனுக்கு ஏற்பட்டது.

தாமோதரன் உட்கார்ந்த வேகத்தில் எழுந்து இவன் அருகில் வந்து தோளில் கைவைத்து அழுத்தி, "இரு, ஒரு நிமிஷத்துல வந்துடுறேன்" என்று உள்ளே சென்றான். அவன் உள்ளே சென்றதும் டைகர் வந்தது. தூரத்திலேயே நின்று இவனைப் பார்த்தது. பிறகு மெதுவாக அடியெடுத்து வைத்துத் திரும்பிப் போய் எதிர் அறையின் முகப்பில் நின்று இவனைப் பார்த்தது. டைகரைப் பார்க்க இவன் பிரியப்படவில்லை. முடிந்த அளவு அதைப் பார்க்காமல் இருக்கவே விரும்பினான். ஆனால் இவன் பார்வை தானாகவே அடிக்கடி டைகர் பக்கம் திரும்பியது. அதை மாற்ற தலையை அசைத்துக் கண்களை மூடிக்கொண்டான்.

சற்று நேரங்கழித்து காலடியில் பூனை கத்தியது. குனிந்து பார்த்தான். ஒரு வெள்ளைப் பூனை தரையில் காலூன்றி வாலைப் பின்னுக்கு உயர்த்தி நின்று மறுபடியும் கத்தியது. அதன் பின்னால் நிற பேதங்களோடு மூன்று குட்டிகள்.

தாமோதரன் நிஜமாகவே பெரிய மனிதனாகி விட்டதாக இவனுக்குப்பட்டது. அதற்கு அவன், அவன் வீடு மட்டும் அத்தாட்சி

இல்லை. அவன் வளர்க்கும் நாய் பூனையெல்லாம் கூடத்தான் அத்தாட்சி. இன்னும் என்னவெல்லாம் வளர்க்கிறானோ என்று நினைத்துக்கொண்டான்.

பள்ளிக்கூடத்தில் படிக்கும் போது இவன் ஒரு கிளிக்கூண்டு செய்தான். ராமசாமி வீட்டுப் பக்கம் போய் மூங்கில் வெட்டி வந்து வெயிலில் உலர்த்தி கிளிக்கூண்டைக் கட்டி முடித்தான், எதிர்பார்த்ததற்கு மேலாக கூண்டு நன்றாக வந்துவிட்டது. அப்புறம், புங்கவனம் போய் தென்னைமரம் ஏறி, பொந்தில் கைவிட்டு ஒரு பச்சைக் கிளியைப் பிடித்துக்கொண்டு வந்தான். குஞ்சுக்கு இறகு முளைத்துவிட்டது. இன்னும் இரண்டு மூன்று நாட்கள் போனால் பறந்து விடும் என்று சொல்லிக்கொண்டே வந்தான்.

பொழுது சாய்ந்து விட்டது. இறக்கையை வெட்ட நேரமில்லை. காலையில் இறக்கையை வெட்ட வேண்டும்; இறக்கையை வெட்டிய பிறகு பச்சைக்கிளி நாக்கை உறிப்பதா இல்லை இறக்கையை வெட்டுவதற்கு முன்னே பூண்டு சுட்டு நாக்கில் தேய்த்து உறிப்பதா என்பதைத் தீர்மானிக்க முடியவில்லை. தாமோதரன் ‘கேட்கலாம்’ என சொல்லிக்கொண்டான்.

காலையில் தாமோதரன் வந்தான். வாசலில் கூண்டுக்குள் இருந்து பச்சைக்கிளி படபடவென்று சிறகை அடித்து கீச் கீச் சென்று கத்தியது. அருகில் போய் நின்றான். குஞ்சுக் கிளி மேலே தாவி இடிபட்டுக் கீழே விழுந்தது.

தாமோதரன் கிளிக்கூண்டைத் திறந்து கையை உள்ளே விட்டான். பச்சைக்கிளி ஒரு பக்கத்தில் இருந்து இன்னொரு பக்கத்திற்குத் தாவியது.

“பறந்துடப் போகுது, பிடி... பிடி...” உள்ளே இருந்து சங்கரன் ஓடி வந்தான்.

“கிளிய யாரு பிடிச்சா?”

“நான்தான். நல்லா இல்ல?”

“அம்மா எங்க?”

“அம்மா ஊருக்குப் போய் இருக்காங்க”

“அம்மா வந்தா கிளியைப் பிடிச்சி அடைச்சிவச்சி இருக்கறதுக்காகத் திட்டுவாங்க.”

சங்கரன் யோசிக்க ஆரம்பித்தான். அவன் சொல்லுவது சரிதான்போல பட்டது. அம்மாவுக்கு எதையும் இம்சிக்கக் கூடாது; அடிக்கக் கூடாது.

"அப்ப, உங்க வீட்டுல வச்சிக்க."

"வேணாம் விட்டுடுவோம்."

"பறக்க விட்டுறதா?"

"ஆமாம்."

"எங்க பிடிச்ச?"

"புங்கவனத்துல."

"வா, அங்கேயே போய் விட்டுடுவோம்."

தாமோதரன் கிளியைக் கையில் பிடித்துக்கொண்டு முன்னே நடந்தான். அவன் பின்னே கையைக் கட்டிக்கொண்டு தலைகுனிந்தபடி நடந்தான்.

6

உள்ளே இருந்து தாமோதரன் வெளியே வந்தான். அவன் பின்னே நாய் பூனையெல்லாம் வரிசையாக வந்தன. நாய் பூனை தவிர இன்னும் என்னென்ன வளர்க்கிறானோ என நினைத்துக் கொண்டான். பார்வை நாலா பக்கமும் சென்றது.

"சங்கர்! உன்ன பார்ப்போம் என்று நான் நினைக்கவே இல்லை. பார்த்ததும் ஒண்ணுமே புரியல! ரொம்ப தவிச்சிப் போயிட்டேன்!" அவன் பக்கத்தில் வந்து அமர்ந்து இவன் முகத்தை ஏறிட்டுப் பார்த்தான்.

இவன் பதிலொன்றும் சொல்லவில்லை. தலையை அசைத்தான்.

"நிஜமா சங்கர்! உன்ன பார்த்ததும் எனக்கு எதுக்கென்னு தெரியல. உடம்பே ஒரு ஆட்டம் ஆடிப் போயிடுச்சி!"

ஒரு பெண், நாற்பது நாற்பத்தைந்து வயது இருக்கும். ட்ரேயில் டீயும், பிஸ்கட்டும் கொண்டு வந்தாள். ட்ரேயில் இருந்து டீ கப்பை எடுத்து இவன் முன்னே தாமோதரன் நீட்டினான். "பிஸ்கட் சாப்பிடு" என்று ட்ரேவை சுட்டிக் காட்டினான். ஆனால் இவன் கண்களை மூடிக்கொண்டு டீயை உறிஞ்சிக் குடித்தான்.

"என்ன சங்கர், உடம்பு சரியில்லியா?"

சங்கரன் டீ கப்பைக் கீழே வைத்துவிட்டு ஒருமுறை வாயைத் துடைத்துக்கொண்டான். அவன் இவன் தோள்மீது கை வைத்து, "ஆனா, சங்கர் நீ பழைய ஆள் மாதிரி இல்ல; நான் அப்ப புடுச்சிப் பார்த்துக்கிட்டு இருக்கேன். எப்பவும் ரொம்ப விசனமா இருக்க. உடம்பு சரியில்லியா? பையில்ஸ் இருக்கா. சொல்லு. நம்பக்கிட்ட நல்ல டாக்டர் இருக்கார். பார்க்கலாம்" என்றான்.

"இல்ல. அதெல்லாம் ஒண்ணும் இல்ல!"

"நீ விசனமா இருக்கறதப் பார்த்தா எனக்கு ரொம்ப கஷ்டமா இருக்குது,"

"அப்படியா?"

"நிஜமா!"

சங்கரன் அவன் பக்கம் திரும்பி ஒரு சிரிப்பு சிரித்தான்.

கொலுசு சப்தமிட குண்டாக ஒரு பெண் உள்ளே இருந்து வெளியே வந்தாள். அவள் பின்னே மூன்று பூனைகள் வந்தன. தாமோதரன் அவசரம் அவசரமாக எழுந்து முன்னே போய் அவள் கையைப் பற்றிக்கொண்டு, "லட்சுமி! ரெண்டு பேருக்கும் கல்யாணமாகி ஆறு வருஷம் ஆகுது" என்றான்.

சங்கரன் பரபரப்போடு தன் இருக்கையில் இருந்து எழுந்து கைக் கூப்பி, "வணக்கம்" என்றான்.

"அதெல்லாம் என்ன சங்கர்! லட்சுமி உனக்குத் தங்கச்சி மாதிரி!"

இவனுக்கு என்ன சொல்வது என்று தெரியவில்லை. திரும்பி லட்சுமியைப் பார்த்தான். அவள் சிரித்துக்கொண்டே இருந்தாள். பெரிய பெரிய பற்கள் வெளியே துருத்திக்கொண்டு இருந்தன. அவள் கையைப் பற்றி அழைத்துச் சென்று உள்ளே விட்டுவிட்டு வந்து இவன் அருகில் உட்கார்ந்தான் தாமோதரன். ஒரு பூனை–கருப்புப் பூனை கீழே இருந்து தாவி அவன் மடியில் அமர்ந்தது. அதைத் தடவிக் கொண்டே, "லட்சுமிக்குக் கொஞ்சம் பேச்சு வராது!" என்றான் தாமோதரன். சொல்லவே கஷ்டப் படுவது மாதிரி இருந்தது. தலையை ஒருமுறை அசைத்துக் கொண்டான்.

"பார்த்தா தெரியலியே!"

"அதான் – ஆனால் ரொம்ப அதிஷ்டசாலி. அவள கைப்புடிச்ச அப்புறந்தான் எனக்கு இந்த வாழ்வே கிடைச்சது!"

இவன் திரும்பிப் பூனையைப் பார்த்தான். அது அவன் மடியில் இருந்து தாவி கீழே குதித்தது.

"பூனை, நாய் எல்லாம் அவதான் வளர்க்கிறா!"

"உனக்குக் குழந்தை இல்ல?"

"வா, வீட்டைச் சுத்திப் பார்–" என்று தாமோதரன் எழுந்தான். தயங்கியபடியே இவனும் எழுந்து அவன் பின்னால்

நடந்தான். நிறைய அறைகள். ஜன்னல்கள். தரையெல்லாம் அற்புதமான மொசைக். அதற்கு ஏற்றாற்போல சுவர்களுக்கு வர்ணம். வர்ணத்திற்கு இணங்கிப் போவது மாதிரி திரைச் சீலைகள். ஜன்னலுக்கு வெளியே மரங்கள், செடிகள், கொடிகள், பூக்கள். தாமோதரன் வீட்டைப் பிரமாதமாகத்தான் வைத்துக் கொண்டிருக்கிறான்.

"வீடு, ரொம்ப நல்லா இருக்குது!"

"மூணு வருஷத்துக்கு முன்னதான் இந்த வீடு கட்டினேன். அடுத்த வருஷம் பெஸ்டு பிளான்னு அவார்டு கிடைத்தது. கவர்னர்தான் பரிசு கொடுத்தார். இதெ பாரு–" தாமோதரன் ஒரு போட்டோவைச் சுட்டிக் காட்டினான். இவன் பார்வை உயர்ந்தது. லட்சுமி, பல்லெல்லாம் தெரிய சிரித்தபடி பரிசு வாங்குகிறாள். அவளுக்குக் குறைச்சலேயின்றி தாமோதரன் சிரிக்கிறான். இவர்களையெல்லாம் விட, கவர்னர் தன் படம் மறைந்து விடுமோ என்ற பயத்தோடு தலையைக் கவனமாக வெளியே நீட்டுகிறார்.

"போட்டோ ரொம்ப நல்லா இருக்குது!"

"நான் தனியா ஒரு போட்டோகிராபர் வச்சி எடுத்தேன். கவர்மெண்ட் ஆளு இப்படியா போட்டோ எடுப்பான். நான் இந்தப் போட்டோவிலே ஒன்ன கவர்னருக்கு அனுப்பி வச்சேன். அவர் அதை ஏத்துக்கிட்டு நன்றி தெரிவிச்சி ஒரு லெட்டர்கூடப் போட்டார்!"

"மணி என்ன ஆகுது?"

"மணிக்கு இப்ப என்ன? இத பார்! நம்ப பள்ளிக்கூடத்துல படிச்ச அப்ப எடுத்துக்கிட்ட போட்டோ. ரொம்ப நாளு ஆச்சு இல்ல, அதுனால ஒரு மாதிரியா ஆகிடுச்சி. நான், நம்ப போட்டோகிராபர் கிட்டக் கொடுத்துப் பெரிசு பண்ணினேன். பாத்தியா எப்படி இருக்குது?"

இவன் முன்னே சென்றான். போட்டோ பக்கத்தில் நின்றான். பால்யம் இவனுக்குத் திரும்புவது போலத்தான் இருந்தது. மீசை அரும்பிக்கொண்டு வரும் நான்கு சிறுவர்கள் எண்ணெயும், தண்ணீரும் போட்டுத் தலைமயிரைப் படியப் படிய சீவிக்கொண்டு முகத்திற்கு நிறைய பௌடர் போட்டுத் தடவிக்கொண்டு கண்ணிமைக்காமல் காமிராவைப் பார்த்துக் கொண்டிருக்கிறார்கள்.

"நல்லா இருக்குது இல்ல?"

இவன் மறுபடியும் போட்டோவைப் பார்த்தான். வேணுகோபாலும் இவனும் உட்கார்ந்துகொண்டிருக்கிறார்கள். இருவருக்குப் பின்னால் தாமோதரனும், ராமசாமியும் நிற்கிறார்கள்.

தன்னையும் வேணுகோபாலையும் உட்கார வைத்தது எது? தாமோதரனையும் ராமசாமியையும் பின்னால் தள்ளி நிற்க வைத்தது எது?

படிப்பா? குடும்ப கௌரவமா?

இவனால் திட்டவட்டமாக இதுதான் என்று தீர்மானிக்க முடியவில்லை. போட்டோவைப் பார்த்துக்கொண்டிருந்தான்.

அப்பொழுது இவன் சுமாராகப் படிப்பான். வேணுகோபால் இவனைவிட நன்றாகப் படிப்பான். அந்தப் பள்ளிக்கூடத்திலேயே அவன்தான் முதல் மாணவன். தமிழ், கணக்கு, ஆங்கிலம் எந்தப் பாடமாகட்டும். அவன்தான் முதல். படிப்பில் அவன் எவ்வளவு முதல்வனாக இருந்தானோ அது மாதிரியே அடக்கத்திலும் ஒழுக்கத்திலும் இருந்தான். அது அவனை ஆசிரியர்களின் செல்லப் பிள்ளையாக்கியது. வகுப்புக்கு வரும் ஒவ்வொரு ஆசிரியரும் அவனிடம் பிரியமாக நடந்துகொள்வார்கள். வேணுகோபால் தாமோதரனோடும், ராமசாமியோடும் சிநேகிதமாக இருப்பது அவர்களுக்கு ஆச்சரியமாக இருந்தது.

கணக்கு வாத்தியார் ரங்காச்சாரி ஒருநாள், “வேணு, உனக்கு வேற நல்ல சிநேகிதம் இல்ல. கன்றோடு கன்றுதான் சேரணும்; நீ பன்றியோட இல்ல சேர்ந்துக்கிட்டு இருக்க” என்றார். ஆனால் வேணுகோபால் அதைக் கேட்கவில்லை. ஆசிரியர் சொன்னதில் கேட்காதது என்றால் அது இதுதான் என்று இப்போது இவனுக்குப் பட்டது.

இன்னும் ஒரு அடியெடுத்து வைத்துப் போட்டோ பக்கத்தில் சென்றான்.

ராஜா ஸ்டுடியோவிற்குப் போய் பணம் கொடுத்து இவன் தான் வாங்கிக்கொண்டு வந்து எல்லோருக்கும் கொடுத்தான். ஆனால் தாமோதரன் வாங்கிக்கொள்ளவில்லை. கையைப் பின்னால் கட்டியபடி நின்றான்.

“நீ ஒண்ணு எடுத்துக்கிட்டுப் போடா!”

“அப்பா பணம் கொடுக்க மாட்டார்.”

“அதுக்கு என்ன?”

56

சா. கந்தசாமி

“நீ ராஜா ஸ்டூடியோக்குப் பணம் தர்ணுமில்ல?”

“நீ ஒண்ணும் பணம் தர வேணாம்!”

“இல்ல எனக்கு போட்டோ வேணாம். உன்கிட்ட இருந்தா சரிதான்”

“அதெல்லாம் சரி ஆகுமா தாமு! அவன் பணம் தரச்ச உனக்கு என்ன?” என்றான் வேணுகோபால். ஆனாலும் கை நீளவில்லை.

“இப்ப நீ போட்டோவைப் பிடிக்கல எல்லாத்தையும் உடைச்சி வயல்ல போட்டுடுவேன்!”

அவன் கை மெதுவாக நீண்டது. போட்டோவை வாங்கி மார்போடு அணைத்துக்கொண்டான்.

“வா, உங்க வீட்டுக்குப் போகலாம்!” என்று வேணு சொல்ல, எல்லோரும் ஒன்றாக நடந்தார்கள்.

திண்ணையில் அவன் அப்பா உட்கார்ந்து இருந்தார். ராமசாமி முன்னே போய் அவரிடம் போட்டோவைக் காட்டினான். அவர் அதை வாங்கி ஒரு பார்வை பார்த்துவிட்டு, “ரொம்ப நல்லாத்தான் இருக்கு” என்றார்.

“தாமோதரன்தான் நம்பர் ஒண்ணு.” என்றான் ராமசாமி.

“தெரியுது... தெரியுது... என்ன பண்ணப்போறீங்க?”

“உங்க வூட்டுலதான் மாட்டப்போறீங்க!”

“அப்படியா, திண்ணையில் மாடத்துக்கு மேல மாட்டினா. நல்லா இருக்கும்! இருங்க நான் ஆணி அடிச்சித் தர்றேன்!” அவர் எழுந்து வந்தார். நடை கொஞ்சம் தடுமாறியது. மாலை நேரத்தில் அவர் குடிப்பது உண்டு. இன்று வழக்கத்தைவிட முன்னால் குடித்துவிட்டதுபோல இவர்களுக்குப்பட்டது.

உள்ளே போய் ஆணியைத் தேடி எடுத்து வந்து, மாடத்திற்கு மேலே அடித்தார். வேணுகோபால் ஜாக்கிரதையாகப் படத்தை ஆணியில் மாட்டினான். எல்லோரும் கீழே நின்று பார்த்தார்கள். படம் முன்னைவிட தூரத்தில் நின்று பார்க்க நன்றாகத்தான் இருப்பது போலப்பட்டது.

“சங்கர்! நீ வேணுவ, எப்போதாச்சும் பார்த்திருக்கியா? நான் பார்க்கறதே இல்ல” என்றான் தாமோதரன்.

இவன் நிமிர்ந்து போட்டோவைப் பார்த்தான்.

"உன்னையும் வேணுவையும் நான் அடிக்கடி நெனச்சிக் கொள்ளறது உண்டு சங்கர்!"

சங்கர் தலையசைத்தான். ஐந்தாறு ஆண்டுகளுக்கு முன்னால் ஒருமுறை வேணுகோபாலைப் பார்த்தது நினைவுக்கு வந்தது. ராயப்பேட்டையில் ஒரு மாடியில் குடியிருந்தான். ஒருமுறை அவன் வீட்டிற்குப்போய் இருந்தான். அப்புறம் அப்புறம் அவன்தான் லாட்ஜ்க்கு வருவான். உட்கார்ந்து மணிக்கணக்கில் பேசிக்கொண்டே இருப்பான். கடைசியில், தயங்கித் தயங்கி, "பத்து ரூபாய் இருந்தா கொடு. குழந்தைக்கு உடம்பு சரியில்லை!" என்பான். இதைச் சொல்லும்போது, அவன் குரல் மாறி ஒலிக்கும். அதை கேட்கக் கேட்க இவனுக்குக் கஷ்டமாக இருக்கும். ஆனால் மூன்று வருஷமாக ஆளையே காணோம்!

"வேணு இங்கதான் இருக்கான்."

"அப்படியா! என் கண்ணுல படவே இல்லையே!"

"நீ நடந்து போற ஆளா இருந்தா உன் கண்ணுல பட்டு இருப்பான்; நீ கார்ல போறதால உன் கண்ணுல படாம போயிருப்பான்!"

"காரணம், நல்லாதான் சொல்லுற!"

"பழைய வீட்டுல இல்ல. வீடு மாறிட்டான்னு கேள்வி. ஆபீஸ் தெரியும்."

"ஆபீஸ் தெரியுமா... வா... இப்படிக் குந்தி சொல்லு. எந்த ஆபீசில இருக்கான். நான் ஊர்லேயே இல்லென்னு இல்ல கேள்விப் பட்டேன்!"

"இங்கதானா இருந்தான்... எங்க சொல்லு!" அவனை அமர வைத்துவிட்டு நெருங்கிப் பக்கத்தில் உட்கார்ந்துகொண்டான். தன் நண்பன் இங்குதான் இருக்கிறான் என்ற செய்தியே அவனைக் கிளர்ச்சியுற வைத்தது.

"வேணு என்னப் பார்த்தா ரொம்ப சந்தோஷப்படுவான். அவன் ஒய்ப்ப கல்யாணத்துல பார்த்ததுதான். பார்க்க ரொம்ப லட்சணமா இருந்துச்சி."

"நாளைக்குப் போய் வேணுவைப் பார்க்கலாமா? நம்மைப் பார்த்தா ரொம்ப சந்தோஷப்படுவான்!"

"நாளைக்கா?"

"நான் லாட்ஜ்க்கு வர்றேன். ரெண்டு பேரும் கார்ல போய் பார்த்துடுவோம்!"

"நாளைக்கு என்னால முடியுமோ என்னமோ தெரியல!"

"வேல இல்ல, நீ சும்மாதானே இருக்க?"

"யூனியன் வேல இருக்கு இல்ல!"

"ரொம்பப் பெரிய வேலதான்!" என்று கடகடவென்று தாமோதரன் சிரித்தான். அந்தச் சிரிப்பு இவனை அச்சுறுத்துவது மாதிரி இருந்தது. திரும்பி அவனைப் பார்த்தான்.

"சரி, இப்ப கிளம்பு."

"எங்க?"

"மேல, மாடிக்கு."

"மணி என்ன ஆகுது? நான் போகணும்!"

"ராத்திரிக்கு இங்க சாப்பிட்டுட்டு அப்புறமா கார்ல நீ போகப் போற!"

"இல்ல அதெல்லாம் ஒண்ணும் வேணாம்! இன்னொரு நாளைக்குச் சாப்பாட வச்சிக்கலாம். எனக்குக் கொஞ்சம் வேல இருக்கு."

"லட்சுமி சொல்லிச்சி! நீ இங்கதான் சாப்பிடணுமாம்." தாமோதரன் இவனை அழைத்துக் கொண்டு மெதுவாகப் படியேறி மேலே சென்றான். கூடவே இவனும் சென்றான்.

பிரிட்ஜைத் திறந்து பெரிய புட்டியை எடுத்து மேசை மீது வைத்தான். அப்புறம் சின்ன கிளாஸ், ஏதோ சினிமாவில் பார்த்ததுபோல இவனுக்கு இருந்தது. இவன் பக்கத்தில் உட்கார்ந்து, "குடிக்கறது உண்டா?" என்றான்.

"இல்ல."

"இல்லையா?"

"நான்கூடக் குடிக்கறது இல்லை. ஆனா எப்பவாவது நண்பர்கள் வந்தால் லேசா குடிக்கிறது! அவ்வளவுதான்!"

"அப்படியா?"

தாமோதரன் இரண்டு கிளாசிலும் ஒரே அளவாக மதுவை ஊற்றினான்; அப்புறம் குளிர்ந்த தண்ணீரை ஊற்றி நிரப்பினான். ரொம்ப கவனமாக அவன் செய்வதை இவன் பார்த்துக் கொண்டே இருந்தான். ஒரு கிளாஸ் இவன் பக்கம் நகர்ந்து வந்தது!

"உன்ன பார்த்தது எனக்கு எவ்வளவு சந்தோஷமா இருக்கு தெரியுமா?"

தொலைந்து போனவர்கள்

இவன் கிளாஸைக் கையில் எடுத்தான். இரண்டு கிளாஸ்சும் ஒரு முறை லேசாக இணைந்து பிரிந்தன. இரண்டு பேரும் ஒரே நேரத்தில் 'சியர்ஸ்' என முணுமுணுத்துக்கொண்டார்கள்.

இவன் ஒரு மிடறு குடித்துவிட்டு நிமிர்ந்து அவனைப் பார்த்தான். அவன் நிஜமாகவே சந்தோஷமுற்றிருப்பது போலவே இருந்தது. தனக்கு மட்டும் ஏன் சந்தோஷம் இல்லை. எரிச்சலும் குழப்பமாகவும் இருக்கிறது என கேட்டுக்கொண்டான். காரணம் புலப்படவில்லை. கை உயர்ந்தது, மது கடகடவென்று உள்ளே சென்றது.

"அவசரம் ஒண்ணும் இல்லை, மெதுவா குடி."

காலி கிளாஸை டக்கென்று கீழே வைத்துவிட்டு மேசையில் கையூன்றி இவனை வெறுத்தப் பார்த்தான். அவன் புன்னகை பூத்தபடி வேர்க்கடலையை முன்னே தள்ளி வைத்தான்.

7

தாமோதரன் ரொம்ப நாட்களாகக் குடித்துக் கொண்டு வருகிறான் போலும் என்று இவன் நினைத்தான். அவன் குடிக்க வேண்டியவன்தான். அதற்குத் தகுதி அவனுக்கு இருக்கிறது. கூடவே, தானும் ஒரு சமயத்தில் குடியில் மூழ்கி இருந்தது நினைவுக்கு வந்தது.

அது இவன் வேலையில் சேர்ந்த புதிது, நல்ல சம்பளம்; அப்புறம் ஓவர் டைம்! ஓவர் டைம் சமயத்தில் வேலை இருக்காது. சாப்பிடப் போவதுபோல போய் குடித்து விட்டு வந்துவிடலாம். குடிப்பது சினிமா பார்ப்பது, வேலை செய்வது, தூங்குவது என்று பொழுது போய்க்கொண்டு இருந்தது.

சங்கரன் அப்பொழுது திருவல்லிக்கேணியில் ஒரு லாட்ஜில் இருந்தான். லாட்ஜ்க்குப் பத்து வீடுகள் தள்ளி ஒரு தையல் நிலையம். வெளிநாடுகளுக்குச் சட்டை தைத்து அனுப்புவது, தைப்பது எல்லாம் பெண்கள். காலையிலும் மாலையிலும் பெண்கள் இவன் லாட்ஜைத் தாண்டித் தான் போக வேண்டும். லாட்ஜில் இருக்கும் ஆண்களெல்லாம் வெளியே வந்து நின்று பேசிக்கொண்டும், சிரித்துக்கொண்டும் சாலையில் போகும் பெண்களைப் பார்த்துக் கொண்டும் இருப்பார்கள். சங்கரன் அதில் அதிகமாகச் சேர மாட்டான். ஆனால் போகும் போதும், வரும்போதும் கண்ணில்படும் பெண்களை மனத்தில் பதிவு செய்து வைத்துக்கொள்வான்.

ஒருநாள் நடுப்பகல். வேலைமுடிந்து விட்டது. ஓவர் டைம் கிடைக்குமா என்று காத்திருந்தான். கிடைக்கவில்லை. வேறு ஆள் வந்துவிட்டான். என்ன செய்யலாம்? சினிமாவுக்குப்போகலாம் என்று பட்டது. அவசரம் அவசரமாக சினிமா தியேட்டருக்கு வந்தான். நேரம் ஆகிவிட்டது; பெரிய கூட்டம் நின்று

கொண்டு இருந்தது. அதில் நின்றால் டிக்கெட் கிடைக்காது; பிளாக்கில் கிடைக்குமா என்று பார்வையை அலைய விட்டான்!

ஒரு பெண் லேசாகச் சிரித்தாள். அவளைப் பார்த்துக் கொண்டே யோசித்தான். கொஞ்ச நேரத்திற்குப் பிறகு நினைவுக்கு வந்தது. லாட்ஜில் உட்கார்ந்துகொண்டு அவளைப் பார்த்து இருக்கிறான். கையை அலசிக்கொண்டு சிரித்துப் பேசிக்கொண்டு போவாள். இவனும் சிரித்துக்கொண்டு முன்னே சென்றான்.

"தெரியுது"

"டிக்கெட் கிடைக்கலியா சார்?"

இவன் தலையசைத்தான்.

"இருங்க சார், லேடீஸ்க்கு ரெண்டு டிக்கெட் கொடுப்பாங்க. நான் வாங்கிக்கிட்டு வர்றேன்!"

இவன் பத்து ரூபாய் நோட்டை எடுத்து முன்னே நீட்டினான். அவள் தலையசைத்து ஒரு புன்னகை பூத்துவிட்டு வேகமாகக் கூட்டத்தில் நுழைந்தாள். இவன் அவளையே பார்த்துக் கொண்டிருந்தான். உயரம் கொஞ்சம் கட்டை என்று பட்டது. பத்து நிமிடங்களில் கையில் டிக்கெட்டும் துணைக்கு இன்னொரு பெண்ணுமாகத் திரும்பி வந்தாள்.

"நானும் கமலாவும், இன்னிக்கு மட்டம் போட்டுட்டு சினிமாவுக்கு வந்தோம்! நீங்க சொல்லி வச்சிட்டது மாதிரி வந்துட்டீங்களே!" என்றாள். இவன் கமலா என்று சொல்லப்பட்ட பெண்ணைப் பார்த்தான். கிட்டத்தட்ட அவள் மாதிரி தான் இருந்தாள். இவள் பெயர் வசந்தாவா கல்யாணியா இவனுக்குத் தெரியவில்லை.

"படம் ஆரம்பிக்கப் போகுதுடீ, சாந்தி!" என்று கமலா பரபரத்தாள்.

"இருடீ" என்ற சாந்தி இவன் பக்கம் திரும்பி, "போகலாமா சார்" என்றாள். தலையசைத்தான். டிக்கெட்டைக் கையில் எடுத்துக்கொண்டு முன்னே சென்றாள். இவன் சாந்திக்குப் பின்னால், கமலாவுக்கு முன்னால் வரிசையில் போவது மாதிரி நுழைந்துகொண்டான், உள்ளே போனதும், முதல் ஆசனத்தில் அமர்ந்துகொண்டான். பக்கத்தில் சாந்தி! அப்புறம் கமலம்.

உட்கார்ந்ததும், திரையில் எழுத்து ஓட ஆரம்பித்தது. சாந்தி இவன் தொடையில் கை வைத்து, "நல்லாதான் இடம் பிடிக்கிறீங்க" என்றாள். அப்புறம் இவள் வாய் ஓயவே இல்லை.

சினிமாவில் பேசப்பட்ட ஒரு வசனம்கூட இவன் காதில் விழவில்லை. இவள் பாட்டிற்குப் பேசிக்கொண்டே இருந்தாள்! பின்னால் உட்கார்ந்துகொண்டிருந்தவனுக்குப் பேச்சு சகிக்க முடியாமல் இருந்தது போலும்! அவன் இவன் பக்கமாகத் திரும்பி தணிந்த குரலில், "கொஞ்சம் படம் பாாக்க விடுங்க!" என்றான். இவன் அவள் பக்கம் திரும்பித் தன் வாயில் ஒரு விரலை வைத்து அழுத்திப் "பேசாதே" என்றான்.

சாந்தி இவன் மேலே நன்றாகச் சாய்ந்துகொண்டு, "அவனுக்குப் பொறாமை!" என்றாள்.

இவன் தலையசைத்தான். அவள் கையைப் பற்றி இறுக அழுத்தினான். வலி சந்தோஷம் அளித்தது போலும்! அவள் படம் பார்ப்பதுபோல பாவனை செய்துகொண்டிருந்தாள்...

அதில் இருந்து இவன் போக்கே திரும்பி விட்டது. வாரம் ஒரு சினிமா! எந்தப் படம் என்பது இல்லை. படம் பார்க்க வேண்டும்! இவனுக்கு ஆசை இருந்தது மாதிரி அவளுக்கும் ஆசை இருந்தது. பேசிக்கொண்டும், சிரித்துக்கொண்டும் படம் பார்த்தார்கள்! படம் பார்க்கும் போதெல்லாம், அவளுக்காக இவன் மாடியில், ஜன்னலில், தெருவில் காத்துக்கொண்டு இருந்ததையெல்லாம் சொல்லுவாள். அதை கேட்கக் கேட்கத்தான், ரொம்ப நாட்களாக அவளுக்காக அலைந்து கொண்டிருந்தது தெரியும். நிஜமாகத்தான் சொல்கிறாளா என்ற சந்தேகம்கூடச் சில சமயத்தில் வந்துவிடும்.

"நான் எப்ப உனக்காக நின்னுகிட்டு இருந்தேன்?"

"சொன்னா, உங்களுக்கு ரொம்ப வெட்கமா இருக்கும்."

"பரவாயில்ல!"

''எனக்கு வெட்கமாக இருக்கு!" அவள் சிணுங்கிச் சிரித்தாள். அவள் சிணுங்கலும், சிரிப்பும் சந்தோஷம் அளித்தது. 'அலைந்து இருந்தாலும் அதில் வெட்கப்பட ஒன்றுமில்லை' என்று சொல்லிக் கொண்டான்.

சாந்திக்கு அப்பா இல்லை! அம்மா, ஒரு அண்ணன், அவன் கிண்டியில் லாரி ஓட்டிக்கொண்டிருந்தான். இரண்டு நாளைக்கொரு முறை தூக்கக் கலக்கத்தோடு வருவான். வந்ததும் குடித்து விட்டுப் படுத்துத் தூங்குவான். தூங்கும் போது அவனை யாரும் தொந்தரவு செய்யக் கூடாது! எழுப்பக் கூடாது; எழுப்பினால்,தூக்கக் கலக்கத்திலேயே எழுந்து அடிப்பான்; அம்மா என்று பார்க்க மாட்டான்; தங்கையென்று பொறுக்க மாட்டான். அவன் வீட்டிற்கு வராத நாட்கள்தான் சாந்திக்குச் சந்தோஷமான

நாட்களாக இருக்கும். பிறகு அதுகூட மாறி விட்டது. இவன்கூட இருக்கும் பொழுதுகளே சந்தோஷமுள்ள நேரமாயின. வரவர சந்தோஷமுள்ள நேரம் கூடிக்கொண்டு போனது.

சங்கரன் அவளைத் துணிக்கடைக்கு ஒருநாள் கூட்டிக் கொண்டு போனான். மஞ்சள் கலரில் ஒரு புடவை எடுத்துக் கொண்டாள். விலை நூற்றியம்பது ரூபாய். அவள் இன்னும் குறைச்சலுக்கு எடுக்கலாமே என்றாள்.

“இல்ல, பரவாயில்ல!” இரண்டு நூறு ரூபாய் நோட்டை எடுத்து அவளிடம் கொடுத்தான். புடவையும், அதற்கு ஏற்ற ரவிக்கையும் எடுததுக்கொண்டு மீதி சில்லறையை இவன் பையில் போட்டாள்.

“இல்ல நீ வச்சிக்க!”

காலையில் இவன்கூட உரசியபடி நடந்துகொண்டே அவள் சொன்னாள், “இப்பதான், நான் ரொம்ப விலையில் புடவை கட்டப்போறேன்.”

இவன் நிமிர்ந்து பார்த்தான்.

“நிஜந்தான்! வீட்டுக்கு ஒரு புடவைக்காரன் ஒரு மூட்டை புடவையைத் தூக்கிக்கிட்டு வருவான். அவன் கிட்ட கடனுக்கு எடுப்பேன். மாசம் மாசம் இருபது ரூபாய்! கடையில எடுக்கற இரண்டாவது புடவையே இதுதாங்க.”

அவள் அழுவதுபோல இவனுக்குப் பட்டது. ஆனால் ஒன்றும் பேசவில்லை. அவள் கூடவே நடந்தான். நடக்கை யிலேயே அம்மாவும் மஞ்சள்தான் உடுப்பாள் என்பது நினைவுக்கு வந்தது. மஞ்சள் தவிர்த்து வேறொன்றும் அம்மா உடுத்தது இல்லை.

அம்மா செத்ததும், மாமா அரக்குச் சிவப்பு புடவை வாங்கிக் கொண்டு வந்தார். யாரோ அதை அம்மா சவத்தின் மேலே போடப்போனார்கள். சவத்தின் பக்கத்தில் உட்கார்ந்திருந்த அப்பா புறங்கையால் அதைத் தள்ளிவிட்டார்.

“சிவப்புத்தாங்க போடணும்.”

அப்பா தலை உயர்ந்தது; புறங்கை வேகமாக அசைந்தது.

“சிவப்புப் போடுறதுதாங்கப் பழக்கம்!”

“பழக்கம் இருக்கட்டும்; அவுங்க விருப்பப்படி செய்யுங்க.”

“அது எப்படிங்க!”

"முதல்ல ஆக வேண்டிய காரியத்தைப் பாருங்க!"

பேச்சு; எதிர்ப் பேச்சு என்று தொடர்ந்து நடந்துகொண்டே இருந்தது. ஆனால் யாரோ ஒருவர் மஞ்சள் புடவையைக் கொண்டு வந்தார். பார்வதி அக்கா அதை அம்மாவின் மேலே விரித்துப் போர்த்தினாள். அப்பா நிம்மதியுற்றவர்போல எழுந்தார்.

"நான் ரொம்ப கொடுத்து வச்சவ!" சாந்தி மஞ்சள் புடவையை மார்போடு அணைத்துக்கொண்டு திரும்பத் திரும்பச் சொல்லிக் கொண்டு இவன் கூடவே நடந்து வந்துகொண் டிருந்தாள்.

"இன்னும் . . ." தாமோதரன் இவன் கிளாசில் மதுவை ஊற்றினான். வேண்டாம் என்று மறுக்க வேண்டும் போல இருந்தது. ஆனால் மறுக்கவில்லை. கிளாசில் நுரைத்துக்கொண்டு நிறம் மாறுவதையே பார்த்தபடி இருந்தான். முக்கால் கிளாஸ் நிரம்பியதும், புட்டி காலியாகியது. எழுந்து போய், பிரிட்ஜில் இருந்து இன்னொரு புட்டியை எடுத்துக்கொண்டு வந்து அமர்ந்தான்.

"ரொம்ப நாள் வரைக்கும் குடிக்காமதான் இருந்தேன். அப்புறம் பெரிய பெரிய கிளப்பில் எல்லாம் குடிக்கலயின்னா ஒரு மாதிரியா பார்க்க ஆரம்பிச்சுட்டாங்க. அதுனால, மெதுவா குடிக்க ஆரம்பிச்சிட்டேன்! அதுகூட ரொம்ப ஒண்ணும் குடிக்கறது இல்ல!"

"பெரிய மனுஷனாயிட்டா, சிலத விடவேண்டி இருக்குது." சங்கரன் தன் கிளாசை எடுத்து மெதுவாக உறிஞ்சிக் குடிக்க ஆரம்பித்தான்.

தாமோதரன் கையில் ஏந்திய கிளாசோடு அவனை நிமிர்ந்து பார்த்தான். அவன் பேச்சின் தொனியே மாறி இருந்தது. குடித்ததால் அவன் மாறிவிட்டானா என்று நினைத்தான். இல்லை, இல்லை, ஆளே மாறிப்போய்த்தான் இருக்கிறான். பேச்சு நடத்தை எல்லாம் அவன் பழைய ஆள் இல்லை என்பதைத் தான் சொல்லிக்கொண்டே இருக்கிறது. பின் எதற்காக அவன் கூடச் சுற்றிக்கொண்டிருக்கிறேன். இவனால் தீர்மானிக்க முடியவில்லை. தலையை ஒருமுறை சிலுப்பிக்கொண்டான். பிறகு மெதுவாக கிளாஸை உயர்த்தி அவனைப் பார்த்துக் கொண்டே குடிக்க ஆரம்பித்தான். அவன் பார்வை இவன் மீது இருந்து விலகி ஜன்னலுக்கு வெளியே சென்றது.

8

தாமோதரன் எழுந்து வந்து இவன் பக்கத்தில் உட்கார்ந்தான். கையைப் பிடித்து இழுத்து, "நீ, என் கதையை அப்புறம் கேட்கலியே?" என்றான்.

"சொல்லு" என்றான் சங்கரன் அவன் பக்கம் திரும்பாமலேயே.

அவன் புட்டியைக் கையில் எடுத்துக்கொண்டு, "இன்னும் கொஞ்சம்!" என்றான்.

'இல்ல வேணாம்!"

"கொஞ்சம் பொறுத்துக் குடிக்கலாம்! ஒரேயடியா குடிச்சா அதுதான்... நான் என்ன சொல்லிவிட்டேன்... உம் நினைவுல இருக்குது! அல்லாபிச்சைக்கிட்ட சேர்ந்தேன்! நாலு மாசம் போல இருந்தேன், அதுக்கு மேல இருக்க முடியல. பாய் எப்பப் பார்த்தாலும் உதைப்பார்; காரணம் இல்லாமலேயே மூஞ்சியில அறைவார். எதுக்கு அடிக்கரார்ன்னு எனக்குப் புரியவே இல்ல. ஆனா, அதை பொறுத்துக்கிட்டேன். அது அவருக்குச் சந்தோஷமா போயிடுச்சிப்போல இருக்கு! இன்னும் இன்னுமென்னு நல்லா அடிக்க ஆரம்பிச்சிட்டார்! முதல்ல எல்லாம் ரெண்டு அடி விழுந்ததும், அழ வந்துடும்! அப்புறம், அப்புறம் அழறத விட்டுட்டு அல்லாபிச்சையைச் சமாளிக்கறது எப்படியின்னு யோசிக்க ஆரம்பிச்சேன், ஒரு வழியும் தெரியல. என்ன பண்ணுறதுன்னு தவிச்சிக்கிட்டே இருந்தேன்.

அன்னக்கி ஒரு நாள், பாய் கூப்பிட்டார். எதிரே போய் நின்றேன்! நல்லா அடி கிடைக்கப் போறதுன்னு மனசு சொல்லிக்கிட்டே இருந்தது! அதையும் பார்த்து விடலாமென்னு ஒரு தைரியம்!"

"வேல எல்லாம் ஆச்சா?" என்றார் பாய்.

"ஆச்சு!"

"என்னடா ஆச்சு? பேச்சு எல்லாம் ஒரு மாதிரியா இருக்கு?" என்று கன்னத்தில் ஒரு அறை விட்டார். தலை சுற்றுவது போல இருந்தது. கன்னத்தில் கை வைத்து நன்றாக அழுத்திக் கொண்டேன்.

"ராஸ்கேல் நீ வந்தது மாதிரி இல்ல" என்று ஒரு உதை விட்டார்; தூரத்தில் போய் விழுந்தேன். தலை தரையில் மோதியது; எழுந்திருக்க முடியவில்லை. அப்படியே கீழே கிடந்தேன்! பாய் ஒரு நிமிஷம் நின்னு பார்த்துட்டுத் திரும்பிப் போய்விட்டார்.

இதற்கு ஒரு முடிவு கட்டணும் என்று மனசுக்குள்ளேயே தீர்மானித்துக்கொண்டேன்! மெதுவாக எழுந்தேன். பக்கத்துல ஒரு சவுக்குக்கட்டை கிடந்தது; அதை எடுத்துக்கிட்டு முன்னே போனேன். பாய் வெத்தல பாக்குப் போட்டுக்கிட்டு இருந்தார். என்ன பார்க்கல; பார்க்காத ஆள அடிக்க மனசு வர்ல! திரும்பட்டும், திரும்பட்டுமென்று நின்னுக்கிட்டே இருந்தேன், ரொம்ப நேரங்கழிச்சுத் திரும்பினார்.

கையில தடியைப் பார்த்ததும் பயந்து போயிட்டார்!

என்னடா... என்னடா என்று பரபரப்போடு எழுந்தார்! பயந்த ஆள அடிக்கறது எனக்கே பாவமா இருந்துச்சி. பதிலு ஒண்ணும் சொல்லாம, கையில இருந்த தடியைத் தரையில் வீசி அடிச்சிட்டு ஒரு வார்த்தையும் பேசாமல் வெளியே வந்தேன். இனிமே, ஊர்லேயே இருக்கக் கூடாதுன்னு மனசுக்குப் பட்டுச்சி. எங்க போறது?... ஒண்ணும் தெரியல. வேகம், வேகமா ரயிலடிக்கு வந்தேன்; அதிர்ஷ்டமென்னுதான் சொல்லணும். ஒரு ரயிலு நின்னுக்கிட்டு இருந்துச்சி, ஏறி உட்கார்ந்துக்கிட்டேன்.

ரயில் நகர ஆரம்பிச்சதும் பயம் வந்துடுச்சி. ஜன்னலுக்கு வெளியே பார்த்துக்கிட்டே வந்தேன்; சிதம்பரம் வந்தது. உட்கார்ந்து இருக்க முடியல; கீழ இறங்கிப் போய் தண்ணி குடிச்சேன். கொஞ்ச நேரம் அப்படியே நின்னுகிட்டு இருந்தேன். ரயில் புறப்பட்டுப் போயிடுச்சி. அப்புறம் இனிமே என்ன பண்ணறதுன்னு பயம் வந்துடுச்சி. அப்பதான் நீங்கயெல்லாம் இல்லியேன்னு தோனுச்சி."

"அப்படியா?"

"நிஜமாத்தான்!"

"சரி, நான் புறப்படட்டுமா?"

“என்ன அவசரம் இரு... நான் இன்னும் என் கதைய சொல்லவே இல்ல, இப்பதான் ஆரம்பிச்சி இருக்கேன்!”

“உன் கதைக்கு என்ன முடிவா இருக்கு?”

“நீ என்ன சொல்லுற?”

“உன் கதைய சொல்லு!”

“சிதம்பரத்துல ராத்திரியெல்லாம் சுத்திக்கிட்டு இருந்தேன்; வழியில அப்பா சிநேகிதர் ஒருத்தரைப் பார்த்தேன். அதுல இருந்து இனிம இங்க இருக்கக் கூடாது; இது பத்திரமான இடம் இல்லென்னு பட்டுச்சி. மீண்டும் ரயிலடிக்கு வந்தேன். ரொம்ப நேரத்துக்கு அப்புறம் ரயில் வந்தது. ரொம்பக் கூட்டம். ஏறவே முடியல, இடிச்சித் தள்ளிக்கிட்டு உள்ளே புகுந்தேன். கக்கூஸ் பக்கத்துல நின்னுக்கிட்டேன். காலையில வண்டி வந்து நின்னுச்சி; இறங்கி முதல் வேலயா, நம்ப வேணுகோபாலைத் தேடிக்கிட்டுப் போனேன். அவன் இல்ல; அவன் வீடு மாறிப் போயிட்டான். போய் ஆறு மாசத்துக்கு மேல ஆகுதுன்னு சொன்னாங்க. நான் அவன நம்பிக்கிட்டுத்தான் வந்தேன். அவன் இல்லென்னதும் பயம் வந்துடுச்சி; என்ன பண்ணுறதுன்னு யோசிச்சிக்கிட்டே ரெண்டு நாளு திரிஞ்சேன். ஆனா, மனசில என்ன ஆனாலும் சரி இனிமே ஊருக்குத் திரும்புறது இல்லென்னு தீர்மானமாக இருந்துச்சி.

பாய் கிட்ட கத்துக்கிட்ட வேல கையில இருந்துச்சி. கண்ணுல பட்ட ஓர்க்ஷாப்புல எல்லாம் புகுந்து வேல கேட்டேன். ஒண்ணும் சரியா வர்ல; கையில இருந்த கொஞ்ச காசும் போயிடுச்சி, பஸ்சில ஒரு பார்ட்டிகிட்ட பிக்பாக்கெட் அடிச்சேன். பன்னிரெண்டு ரூபாய் கிடைச்சது. நிஜமா இன்னிக்கிச் சொல்லுறேன். நான் பாக்கெட் அடிச்ச ஆளு முகத்தைப் பார்க்கல! வேணுமென்னு தான் பார்க்கல. அவன் முகத்தைப் பார்த்தால் பிக்பாக்கெட் அடிக்கவே முடியாமல் போயிடும் போல இருந்தது. ஆனா எனக்கு பணம் வேணுமே! அதுக்காகப் பிக்பாக்கெட் அடிச்சேன்! அதெ அவன் கண்டுக்கவே இல்ல. அது கூட பரவா இல்ல; என்ன பாத்து ஒண்ணு சொன்னான். அது தான் இன்னமும் மனசுல இருக்குது...” கிளாசை கையில் எடுத்துக் கொண்டு சங்கரனைப் பார்த்தான்.

அவன் இவன் பக்கம் திரும்பாமல், கன்னத்தில் கையை வைத்து அழுத்திக்கொண்டு மேசையைப் பார்த்தபடி இருந்தான்.

இவன் ஒரு மிடறு குடித்தான். அப்புறம் கிளாசைக் கீழே வைத்துவிட்டு மீசையைத் தள்ளிவிட்டுக் கொண்டான். அவன்

கையைப் பிடித்துக் குலுக்கி, "சங்கர், அவன் என்ன சொன்னான் தெரியுமா? அதைக் கேட்டதும், எதுக்கு இவன் கிட்ட பாக்கெட் அடிச்சோம்? வேற ஆளே கிடைக்கலியான்னு பட்டுச்சி. ஆனா என்ன பண்ண முடியும்; அடிச்ச அந்த ஆளு பர்ஸ் பையில இருக்குது. கொஞ்ச நேரம் போனா பையில கையை விடுவான்; பர்ஸ் காணாததைக் கண்டுபுடிச்சிக்கிட்டு ஒரேயடியா கத்துவான். பக்கத்துல நிக்கற என் கையைப் பிடிச்சாலும் பிடிச்சிடுவான். இப்படியெல்லாம் மனசுல பட்டதும், மெதுவா முன்னால நகர்ந்து போனேன். ஒரு திருப்பத்துல வண்டி மெதுவா திரும்புச்சி சட்டென்று இறங்கிட்டேன்."

சங்கரன் தலையை அசைத்தான்.

எனக்கு அதெயெல்லாம் சரியா நடந்தது நடந்த மாதிரி சொல்ல முடியல! முடியலங்கறது என்ன? சொல்லத் தெரிய... இல்ல... நம்ப ராமுதான் ஒரு கதைய நல்லா ஜோடிச்சிச் சொல்லுவான். அவன மாதிரி நீயோ நானோ சொல்ல முடியாது.

அது நிஜம் என்பது போலவே சங்கரனுக்குப்பட்டது. பல விஷயங்களை மனத்தில் பதிந்து வைத்துக்கொண்டிருக்கிறான் என்று பட்டது. தாமோதரன் இரண்டு கையையும் ஒருமுறை உதறிக்கொண்டான்.

"சங்கர், பிக்பாக்கெட் அடிச்ச கதெ இருக்குதே அது. ரொம்பப் பெரிய கதை! அன்னக்கிப் பயந்தது மாதிரி நான் பின்னால ஒரு நாளும் பயப்படவே இல்ல. பயங்கறது என்னன்னு அப்பத்தான் எனக்குத் தெரிஞ்சதுன்னு கூடச் சொல்லலாம்!"

இவன் தாமோதரன் பக்கம் திரும்பி ஒருமுறை லேசாகச் சிரித்தான்.

"அன்னிக்கி, நான் செத்துப்போயிட்டேன்னுகூட வச்சிக்கலாம்."

கடிகாரம் மணி அடித்தது; இவன் நிமிர்ந்து அதைப் பார்த்தான்.

"கடிகாரத்துக்கு என்ன அது பாட்டுக்கு மணி அடிச்சிக்கிட்டு இருக்கும். அதெயெல்லாம் காதுல போட்டுக்கலாமா... உம்... சங்கர் இவ்வளவு நேரமா பாக்கெட் அடிச்ச கதெய சொல்லிக்கிட்டு இருக்கேன். ஆனா, பாக்கெட் பறிகொடுத்தவன் என்ன சொன்னான்னு சொல்லுல! அதான் எது முக்கியமோ அதெ மட்டும் விட்டுடுறது; நீயும் அதுக்கு ஏத்த மாதிரிதான் இருக்கற! மதிச்சி அவன் என்ன சொன்னான்? அதெ முதல்ல சொல்லுன்னு கேட்டியா? எங்க கேட்கற? நீ பாட்டுக்கு வாய

பிளந்து கொண்டு நான் சொல்லுறதயெல்லாம் கேட்டுக்கிட்டே இருக்கற; அப்படி இருந்தா அவ்வளவுதான். ரோட்டுல போற ஒவ்வொருத்தனும் நம்பல நல்லா மிதிச்சிக்கிட்டுப் போயிடுவான். நிஜமாதான் சங்கர் சொல்லுறேன்."

சங்கரன் பதிலொன்றும் சொல்லாமல் அவன் முகத்தையே பார்த்தபடி இருந்தான்.

"பஸ்ஸில் அந்த ஆளு என் தோளுமேல கைவச்சி, தம்பி! ரொம்ப கூட்டமா இருக்குது! பாக்கெட் அடிப்பானுங்க பத்திரமா இரு!" என்றான். அப்பத்தான் முகத்தைத் திரும்பிப் பார்த்தேன். பட்டை பட்டையா முகத்துல விபூதி! ஏதோ கோயிலுக்குப் போயிட்டு வர்ற ஆளு மாதிரி இருந்துச்சி. இனிமே நிக்கக் கூடாதுன்னு பட்டுச்சி. இறங்கி ஓடிட்டேன்! ஓடினா, பயம் ஓடிடுமா. . . அது ஓட மூணு நாளுக்கு மேல ஆச்சி. . !

"ரொம்ப மோசமா கதெ சொல்லிக்கிட்டே இருக்கறேனா? ரொம்ப வருஷத்துக்கு முன்னால நடந்தது! யார் கிட்ட மனம் திறந்து சொல்ல முடியும். நீ என்னுடைய பால்ய சிநேகிதன். அதுனால உன்ன பார்த்ததும், பழைய ஞாபகம் எல்லாம் நினைவுக்கு வந்துடுச்சி."

"நான் புறப்படுறேன்!" சங்கரன் மேசையில் கையூன்றி எழுந்தான்.

"இரு இரு. என்ன அவசரம். உன்கிட்ட பேச இன்னும் எவ்வளவு விஷயம் இருக்குது. நீ என்ன அதுக்குள்ள புறப்படறேங்கறது... மீதியயும் கேள்! பாக்கெட் அடிச்ச பணத்துல மூணு நாளு ஓடிச்சி. அப்பவே இனிமே பாக்கெட் அடிக்கறது இல்லேன்னு முடிவு பண்ணிட்டேன். அதுனால அங்க இங்க அலஞ்சி ஒரு தேங்காய் மண்டியில வேல புடிச்சிக்கிட்டேன். சைக்கிள்ல தேங்காயைக் கட்டிக்கிட்டு வீடு வீடாக் கொண்டுபோய் விக்கற வேல. ரெண்டு மாசம் போல அதெ பார்த்தேன். அப்பத்தான் லிங்கம் சார் பழக்கம் வந்துச்சி. எங்க கடையைத் தாண்டிதான் லிங்கம் சார், கார் ஓர்க்ஷாப் இருந்தது.

ஒருநாள் அவர் ஓர்க்ஷாப்பிற்குப் போய் "சார், நான் கார் வேலயெல்லாம் பார்ப்பேன்!" என்றேன். அவர் என்ன ஒரு முறை ஏற இறங்கப் பார்த்தார்! அப்புறம் மெதுவாக "கார் வேல தெரியுமா? நல்லது!" என்றார். அதற்கு என்ன பதில் சொல்றதுன்னு தெரியல. அவர் முகத்தையே பார்த்துக்கொண்டு இருந்தேன்.

"எந்த ஊர்?"

நான் ஊரைச் சொன்னேன். முகத்தில் ஒரு மாறுதல் தெரிந்தது.

"யார் கிட்ட வேல கத்துக்கிட்ட?"

பாய் பெயரைச் சொன்னேன்.

"அவன் கிட்டயா. அவன் நம்ப சிஷ்யன் ஆச்சே!"

நான் அவர் முகத்தையே பார்த்தபடி இருந்தேன்.

"எப்படி இருக்கான். பரவாயில்லையா?"

"நல்லாதான் இருக்கார்."

"அவன் ஒரு மாதிரி ஆச்சே! எத்தனை மாசம் இருந்த?"

"ஆறு மாசங்க!"

"ஒரு வேலக்காரனுக்கு ஆறு மாசமே ரொம்பதான். உனக்கு எங்க இங்க வீடு?"

"எங்கேயும் இல்லீங்க!"

"வூட்ட வுட்டு ஓடியாந்துட்டியா?"

வேலை இல்லையின்னு சொல்லிவிடுவாரோன்னு பயம் வந்துடுச்சி. அவரையே பார்த்துக்கொண்டு இருந்தேன்.

"நம்ப சிஷ்யனுக்கு, சிஷ்யனா இருந்து இருக்க. அப்ப கொஞ்சம் வேல தெரியும். சரி இங்க இரு. உனக்கு எப்ப இதெ வுட்டுட்டுப் போகணுமென்னு படுதோ அப்ப நீ போயிடலாம். வேலயில சேர்த்துக்கிட்டார். ஒன்பது வருஷம்போல இருந்தேன்.

இப்ப, நான் இருக்கற வாழ்க்கையே அவர் கொடுத்தது தான்! அவர் முதலாளி மாதிரி ஒரு போதும் நடந்துகொள்ளவே இல்ல. அதுதான் கடைசியில, ஒர்க்ஷாப்புக்கு என்னையே முதலாளியா ஆக்கிட்டார்.

நான் கொஞ்சம் சுத்தறாபோல சொல்லுறேன் இல்ல? அதான் நேரா சொல்லணுமென்னு பார்த்தா, அது ஒரு வழியில போயிடுது.

எங்க முதலாளி லிங்கம் சாருக்கு ஒரு பொண்ணு. ஊமை, செவிடு. இரண்டாந்தாரத்துக்குப் பிறந்த பொண்ணு. முதல் தாரமா, இன்னொரு பொண்டாட்டி! அதுக்கு மூணு பசங்க! அதுக்கு எல்லாம் ஒரு ஏற்பாடு பண்ணி வச்சிட்டார். கடைசி யில் இந்த பொண்ணு விஷயந்தான் மிஞ்சி இருந்தது. சொந்தத்துல ரெண்டு பேருங்க வந்து பொண்ணு கேட்டாங்க! ஊமைப் பொண்ணு உங்களுக்குச் சரிப்படாதுன்னு அனுப்பிட்டார்.

எனக்குக்கூட, என்னடா முதலாளி வலியவர மாப்பிள்ளை களை விரட்டி அடிக்கறாரேன்னு பட்டுச்சி! ஏதோ காரணம் இருக்கும் என்று முடிவு பண்ணிக்கிட்டேன்.

ஒருநாள். வேலை முடிந்த பிறகு முதலாளி என்னைத் தனியா கூப்பிட்டு, "சாய்ந்தரம் எங்க போற?" என்றார்.

"சும்மாதாங்க இருப்பேன்."

"அப்ப வீட்டுப் பக்கம் வா!"

சாதாரணமாக யாரையும் முதலாளி வீட்டுக்கு அழைப்பது இல்லை! அழைத்தால் விசேஷம் இருக்கும். என்னோடு முத்து என்ற மெக்கானிக் இருந்தான். ஆறோ, ஏழோ வருஷ சர்வீஸ். நல்லா வேலை பார்ப்பான்! ஆனா, பார்ட்டிகிட்ட தனியா பேசிக்கிட்டு பணம் வேற வாங்கிக்கொள்வான். ரொம்ப நாளா நடக்கற வேலதான். முதலாளிக்குத் தெரியும். ஆனால் தெரியாதது மாதிரி இருந்தார். சமயத்த எதிர்பார்த்துக்கிட்டு இருந்தார் போலும்.

"முத்து நாளைக்குச் சாயந்தரம் வீட்டுக்கு வாங்க!" என்றார். முத்து வீட்டுக்குப் போனார். அப்புறம் திரும்பி வேலைக்கு வர்ல. அதுனால எனக்குப் பயமா இருந்தது. நேரம் ஆகஆக அது தெளிந்தது. 'தப்பு ஒண்ணும் நம்ப பண்ணல' என்று சொல்லிக்கிட்டேன்.

சாயந்தரமாக வீட்டுக்குப் போனேன். அப்ப முதலாளி வீடு மைலாப்பூரில் இருந்தது. என்னப் பார்த்ததும் மாடியில இருந்து கீழே இறங்கி வந்து, வான்னு மேல அழைச்சிக்கிட்டுப் போனார். தன் பக்கத்துல நாற்காலியை இழுத்துப்போட்டு உட்காரச் சொன்னார்.

என்ன இருந்தாலும் முதலாளி பக்கத்தில் உட்கார்றது. ஒரு மாதிரியாகத்தான் இருந்தது. நாற்காலியை ஒரு பக்கமா தள்ளிப்போட்டுக்கிட்டு உட்கார்ந்தேன். ஆனால் அவர் தன் நாற்காலியை என் பக்கமாக இழுத்துப் போட்டுக்கொண்டார். என்னால ஒண்ணும் பண்ண முடியல; உட்கார்ந்து அவர் மூஞ்சையே பார்த்துக்கிட்டு இருந்தேன். காபியும் டிபனும் வந்தது. இரண்டு பேரும் சாப்பிட்டு முடித்தோம்.

முதலாளி என் பக்கமாகத் திரும்பி "தாமு, உன்ன எதுக்கு வரச்சொன்னேன் தெரியுமா?" என்றார்.

நான் பதிலொன்றும் சொல்லவில்லை. அவர் முகத்தையே பார்த்துக்கொண்டு இருந்தேன்.

“லட்சுமியை நீ பார்த்து இருக்கற இல்ல?”

லட்சுமி அவர் பெண்! செவிடு! ஊமை! இரண்டு மூன்று தடவைகள் காரில் அழைத்துக்கொண்டு போயிருக்கிறேன்.

“நீ லட்சுமியைக் கல்யாணம் பண்ணிக்கிறியா?”

திடீரென்று முதலாளி அப்படிக் கேட்டதும் எனக்குத் தூக்கிவாரிப்போட்டது. என்ன சொல்லுறதுன்னு தெரியல. தவிச்சிப் போயிட்டேன்.

“அதுக்குத்தான் வரச் சொன்னேன்!” முதலாளி என் முகத்தையே பார்த்துக் கொண்டு இருந்தார். அப்போது, அவரைப் பார்க்க முதலாளி மாதிரியே இல்லை. ஆளே என்னவோ மாதிரி இருந்தார்.

“இப்பவே உன் முடிவ சொல்லணுமென்னு இல்ல; நல்லா யோசிச்சி, ரெண்டு நாள் கழிச்சிச் சொல்லு.”

அப்படி முதலாளி சொன்னதும் என்னால தாள முடியல. “உங்க விருப்பங்க முதலாளி” அப்படின்னேன். நான் சொன்னது சரியா பிடிபடுல.

“தாமு, நீ என்ன சொல்ற... என்ன சொல்லுற”ன்னு மறுபடியும் மறுபடியும் கேட்டார். பிறகு, “யோசித்து மெதுவா சொல்லு தாமு!” என்றார்.

“யோசிக்க ஒண்ணும் இல்லீங்க!”

“உங்க ஜனத்தையெல்லாம் கேட்க வேணாம்?”

“அதெல்லாம் நீங்க தாங்க!”

அவர் எழுந்து என் தோள் மீது கை வைத்தார். “நான் ரொம்ப கொடுத்து வச்சி இருக்கேன். அதுனாலதான் துக்கத்திலும் விடிவு இருக்குது” என்றார். எனக்கு வேற மாதிரி தோனிச்சி.

அப்புறம் ரெண்டு மாசத்துல எனக்கும் லட்சுமிக்கும் கல்யாணம் நடந்தது. பெரிய கல்யாணம் இல்ல; திருத்தணியில கல்யாணம். பிறகு ரிஜிஸ்டர் பண்ணிக்கிட்டோம். இப்ப இப்ப லட்சுமி மாதிரி ஒரு பொண்ணு அமையறது அபூர்வமென்னு படுது.

சங்கரன் தலையசைத்தான். அவன் கிளாஸ் காலியாக இருந்தது.

“இன்னும் கொஞ்சம்.”

“இல்ல தாங்காது!”

“ஏன், நல்லா தானே குடிக்கற?”

“அதுவா, நான் குடிச்சே ரொம்ப வருஷமாச்சி!”

“அதுனால என்ன, விட்டத மறுபடியும் தொடங்க வேண்டியது தானே!”

“இல்ல வேணாம்.” சங்கரன் நாற்காலியைத் தள்ளிக்கொண்டு எழுந்தான். அவன் நாற்காலியை இழுத்துப் போட்டு, “உட்கார்” என்றான். இவன் தலையை ஆட்டிக் கொண்டே உட்கார்ந்தான்.

“உன், ஒய்ப்பைப் பற்றி என்னமோ சொன்னியே சங்கர்!” என்றான்.

சங்கரன் தலையை உயர்த்தி அவனைப் பார்த்தான். கையை மடக்கி மேசையில் ஒரு குத்துக் குத்தினான். பிறகு சப்தமாக, “... அவ என்ன விட்டுட்டு ஓடிப்போயிட்டா” என்றான்.

“ஓடியா போயிட்டா?”

“என்னடா, என்ன சொன்ன?” என்று சங்கரன் எழுந்த வேகம் அடிக்க வருவதுபோல இருந்தது. நாற்காலியை சாய்த்துப் பின்னால் நகர்ந்துகொண்டான். இவன் அவன் காலடியில் நாற்காலிக்கும் மேசைக்கும் இடையில் கீழே விழுந்தான். இவனால் எழுந்திருக்க முடியவில்லை, அப்படியே கிடந்தான். கொஞ்ச நேரம் இவனையே அவன் பார்த்துக்கொண்டிருந்தான், பிறகு எழுந்து கீழே வந்தான்.

கார் டிரைவர் காத்துக்கொண்டு இருந்தான். அவனை வண்டியை எடுத்து வரச் சொல்லிவிட்டு மேலே சென்று இவனைக் கைத்தாங்கலாகப் பிடித்துக்கொண்டு வந்தான்.

“இல்ல, என்ன விடு. நான் நடப்பேன்”

“பரவா இல்ல, என்ன விடு.”

“கார்ல குந்து.”

“கார் எதுக்கு, நான் பஸ்ஸிலே போவேன்!”

“பரவாயில்ல. கார்ல குந்து.” தாமு காரில் இவனை ஏற்றிவிட்டுக் கதவைச் சாற்றினான். டிரைவர் காரை வேகமாக எடுத்தான். தாமோதரன் கார் போவதையே சிறிது நேரம் பார்த்துக் கொண்டிருந்தான்.

9

சங்கரன் தொழிற்சங்க அலுவலகத்தில் இருந்து வெளியே வந்தான். மூன்று மணி நேரமாக ஒரே இடத்தில் உட்கார்ந்து மாறிமாறி பேசப்படும் பேச்சுகளை கேட்டுக்கொண்டிருப்பது களைப்படையச் செய்திருந்தது கையையும் காலை யும் மாறிமாறி உதறிக்கொண்டான்.

வேலை நிறுத்தம் தொடங்கியபோது சங்கத்தில் கூட்டம் நிறைந்திருந்தது. இருபது முப்பது ஆட்கள் இடித்துத் தள்ளியபடி முன்னே போவார்கள். இவன் பார்த்தே அறியாத வித்தியாசமான முகங்கள். அந்த முகத்தில் உற்சாகம், வேகம், ஆவேசம் எல்லாம் குடிகொண்டிருந்தது. ஏதாவது செய்ய வேண்டும் என்று ஒவ்வொருவரும் பரபரத்தார்கள். முன்னால் நிற்க முடியாமல் இவன் பின்னுக்கு வந்தான்.

லாக்–அவுட் ஆன்தில் இருந்து கூட்டம் குறைய ஆரம்பித்தது. வந்துகொண்டிருந்தவர்களெல்லாம் என்ன ஆனார்கள் எங்கே போய் மறைந்தார்கள் என்பதை இவனால் அறிந்துகொள்ள முடியவில்லை. அரிதாக வந்துபோகும் முகங்களை மூக்குக் கண்ணாடியை மேலே தள்ளிக்கொண்டு பார்ப்பான். பொன்னு தாமஸ் என்று பழக்கமான முகமே அடிக்கடி பட்டுக் கொண்டிருந்தது. இங்கு வந்து போவதையே ஒரு வேலையாக வைத்துக்கொண் டிருக்கிறார்கள் என்று நினைத்தான்.

சங்கம் ஒரு பழைய கட்டடத்தில் இரண்டாவது மாடியில் இருந்தது. மேலே போக மரப்படிகள்; கால் வைக்கும் போதெல்லாம் சப்தம் போடும்! அதற்காகவே இவன் மெதுவாகக் கால் எடுத்து வைத்துச் செல்லுவான். அதெல்லாம் இப்போதுதான்; முன்பெல்லாம் சப்தத்தைப் பொருட்படுத்தாமல் படியேறுவான்; கீழே இறங்கும்போது இரண்டு இரண்டு படியாகக் குதித்துக் கொண்டு இறங்கி

வருவான். அந்த வேகம், சுறுசுறுப்பு எல்லாம் போய் விட்டது. வயது ஏறிக்கொண்டு வருவதுதான் காரணமோ என்று நினைத்தான்.

வேகமாகச் சைக்கிளில் வந்த பொன்னு இவனைப் பார்த்ததும் சட்டென்று பிரேக் பிடித்து நிறுத்தினான்.

"என்ன சார் விஷேசம்?"

"டீ சாப்பிடலாம், சைக்கிள விட்டுட்டு வா!"

"ஒரு நிமிஷம்." பொன்னு சைக்கிளில் இருந்து இறங்கி முன்னே தள்ளிக்கொண்டு போய் பூட்டினான். அப்புறம் இவன்கூட வந்து சேர்ந்துகொண்டு, "எங்க சார், நேத்தி ராத்திரி உங்களைக் காணோமே" என்றான்.

இவன் பதிலொன்றும் சொல்லாமல் வேகமாக நடந்தான். சாலையைக் குறுக்காகக் கடந்து டீ கடைக்கு வந்தார்கள். 'இரண்டு டீ' என்று சொல்லிவிட்டு இவனாகவே கண்ணாடி ஜாடியில் கைவிட்டு இரண்டு ரொட்டியை எடுத்தான். ஒன்றைப் பொன்னுவிற்குக் கொடுத்துவிட்டு, இன்னொன்றைத் தின்ன ஆரம்பித்தான்.

நேற்று இரவு தாமோதரன் வீட்டில் குடித்ததும் – அதோடு கொஞ்சம் சாப்பிட்டதும்தான்; அப்புறம் சாப்பிடவில்லை. ரொட்டியைத் தின்றுவிட்டுத் தண்ணீர் குடித்தான். அப்புறம் டீ வந்தது. இப்போதெல்லாம் டீயே சாப்பாடாகி விடுவது போல இருந்தது. ஒரு சிரிப்பு வெளிப்பட்டது. டீ கிளாசை வைத்துவிட்டு பையில் கைவிட்டு ஒரு பீடியைத் துழாவி எடுத்தான்.

"என்ன சிரிக்கிறீங்க?"

தீப்பெட்டியை எடுத்து வேகமாகக் குச்சியை உரசிக் கொளுத்தினான். திடீரென்று பந்துபோல நெருப்பு வெளிப்பட்டது. அதை ஒரு கணம் பார்த்துவிட்டு அவசரமே இல்லாதவன் போல பீடியைக் கொளுத்தினான். புகையை ஒருமுறை ஊதி விட்டு. இனிமே தாமோதரன் கிட்ட மாட்டிக்கொள்ளக் கூடாது. பழைய சிநேகிதன்னு போனா தண்ணி போட்டுக்கிட்டு, சொந்தக் கதையெல்லாம் சொல்லிக்கிட்டு இருக்கிறான். இனிமே, அவன் கண்ணுல பட்டுக்கக் கூடாது என்பதை ஒரு தீர்மானம் போலச் சொல்லிக்கொண்டான்.

"இங்க ஒரு பீடி கொடுங்க!"

"நீ பீடி கூட குடிக்கிறியா?"

"ஏதாவது செய்யணுமெல்ல?"

சா. கந்தசாமி

“இது ரொம்ப நல்லா இருக்கு! இந்தா ஒரு கட்டுப் பீடி வாங்கு!” என்று இரண்டு ரூபாய் நோட்டை எடுத்துக்கொடுத்தான்.

ஒரு கார் மெதுவாக வந்து இவர்களை ஒட்டினாற்போல நின்றது. தாமோதரன் வெளியே தலையை நீட்டினான். அவனைப் பார்த்ததும் இவனுக்கு ஆச்சரியமாக இருந்தது. வாயில் இருந்த பீடியைக் கையில் எடுத்துக்கொண்டு, “வா, வா!” என்றான்.

தாமோதரன் காரில் இருந்து கீழே இறங்கி “உன்ன பார்க்க ரூமுக்குப் போனேன்; அது பூட்டிக் கிடந்தது. என்ன பண்ணுறதுன்னு பார்த்தா டீ கொடுக்கற பையன் மேல வந்தான். அவன் தான் உன்ன இங்க பார்க்கலாமென்னு சொன்னான். சரி, ஒரு முயற்சி பண்ணிப் பார்ப்போம்னு வந்தேன்!” என்றான்.

“நான் காலையிலேயே இங்க வந்துட்டேன்! உன் ஞாபகமே இல்லாம போயிடுச்சி.”

“அதுக்கென்ன, இப்ப நம்ப போகலாம் இல்ல.”

“எங்க?”

“என்ன மறந்துட்டியா? நேத்தியே நம்ப பேசிக்கல வேணுகோபால பார்க்கப் போறதா?”

சங்கரன் ஒருமுறை யோசித்தான்.

வேணுகோபாலைப் பார்க்கப் போவது பற்றிப் பேசியதாக இவனுக்கு நினைவு இல்லை. ஒருவேளை அதிகமாகக் குடித்த பிறகு பேசி இருக்கலாம் என்று நினைத்துக்கொண்டான். நேற்று விஷயத்தில் குடித்தது மட்டுந்தான் இவன் நினைவில் இருந்தது. அப்புறம் தாமோதரன் கல்யாணம் பண்ணிக் கொண்டது பற்றி சொன்ன கதை. அவன் கள்ள நோட்டு மாற்றிப் பெரிய பணக்காரனாகி விட்டதாக ஒரு நாள் வேணுகோபால் கேட்டான். இந்த மாதிரி விஷயமெல்லாம் எப்படி வேணுவுக்கு எட்டுகிறது என்று ஆச்சரியப்பட்டுக்கொண்டே இருந்தான்.

கள்ள நோட்டு மாத்தி பெரிய புள்ளியாகிட்டான்னு கேள்விப் பட்டேன் என்றான் வேணு மறுபடியும். இவனுக்கு என்ன பதில் சொல்வது என்று தெரியவில்லை. அவன் முகத்தையே பார்த்துக்கொண்டிருந்தான்.

“நம்ப வேணுவ பார்க்க இப்பப் போறோம். உனக்காக வேற வேலையெல்லாத்தையும் விட்டுட்டு வந்திருக்கேன். என்ன போகலாம் இல்ல!”

"போகலாம்... போகலாம்..." சங்கரன் தயங்கினான். "ஒரு நிமிஷம் இரு. மேல போயிட்டு வர்றேன்." என்று சங்கத்தை நோக்கி நடந்தான். அவன் பின்னாலேயே பொன்னுவும் தொடர்ந்தான்.

காரில் சாய்ந்தபடி சங்கரன் காலை சற்று இழுத்து இழுத்துக் கொண்டு போவதையே பார்த்தபடி இருந்தான். பள்ளிக்கூடத்தில் படிக்கும்போது ஓட்டப் பந்தயத்தில் அவன்தான் முதல். காற்றுப்போல் பறந்து செல்லுவான். அவனை வெல்லவே முடியாது என்று எல்லோரும் பேசிக்கொண்டார்கள். இரண்டு முறை பி.டி. சார் அவனை நல்லூர், பனையூர் எல்லாம் அழைத்துக்கொண்டு போனார். சென்ற ஊரில் எல்லாம் வென்று பெரிய பெரிய கோப்பை வாங்கிக்கொண்டு வந்தான். சின்னப் பையன்களெல்லாம் அவன் பின்னாலேயே சுற்றிக் கொண்டிருப்பார்கள். அப்படிப்பட்டவன் நொண்டியாகி விட்டான். அவன் ஓடியது எல்லாம் கதைபோல் ஆகிவிட்டது. சொன்னால்கூட அதையெல்லாம் நம்புவது கடினமாகவே இருக்கும்.

தாமோதரன் ஒரு சிகரெட்டை எடுத்துப் பற்ற வைத்தான். எப்போதும், சங்கரனும் வேணுகோபாலும் தான் ஒன்றாக இருப்பார்கள். அப்புறந்தான் இவனும் ராமசாமியும். மற்றவர்களுக்கு எல்லாம் இவர்கள் நாலு பேருந்தான் ஒண்ணு என்று சொல்லிக் கொள்வார்கள். வேணுகோபாலைப் பார்த்தால் ரொம்ப சந்தோஷப்படுவான் என்று இவன் நினைத்தான். அப்புறம் ராமசாமியைப் பார்க்க வேண்டும். அவனைப் பற்றித்தான் ஒரு தகவல் இல்லை. ஒரு வேளை இருக்கிறானோ செத்துவிட்டானோ என்று நினைத்தான். மிலிட்டரியில் இருந்து வந்துவிட்டான் என்று மட்டும் கேள்விப்பட்டான். அப்புறம் என்ன ஆனான் என்பதுதான் தெரியவில்லை. வேணுகோபாலைப் பார்த்த பிறகு, அவனைத் தேடுகிற காரியத்தைச் செய்ய வேண்டும் என்று சொல்லிக்கொண்டான்.

நான்கு பேரில் வேணுதான் சின்னவன். ஒல்லியாகக் குள்ளமாக இருப்பான். ஆனால் நன்றாகப் படிப்பான். அதோடு அவன் கையெழுத்து நன்றாக இருக்கும். அவனை எல்லா ஆசிரியர்களுக்கும் பிடிக்கும். தலைமையாசிரியர்கூட அவனிடம் தனியாக அன்பு கொண்டிருந்தார். இவனைச் சுழியென்று கூப்பிடும் ரங்காச்சாரி சார்கூட அவனை வேணுகோபால் என்று முழுப்பெயரையும் சொல்லித்தான் அழைப்பார். முழுப் பெயரையும் சொல்லி அவர் கூப்பிடும் ஒரே பையன் அவன்தான்.

பள்ளிக்கூடத்தில் முதல் மாணவனாகவும் மாநிலத்தில் இரண்டாவது—மூன்றாவது மாணவனாகவோ வருவான் என்று எதிர்பார்க்கப்பட்டது. அதில் பாதி பலித்தது. எல்லோரும் எதிர்பார்த்ததுபோல பள்ளிக்கூடத்தில் முதல் மாணவனாகவும் மாநில அளவில் ஏழாவது மாணவனாகவும் வந்தான். அதுவே பெரிய சிறப்புதான். முதன்முதலாக அவன் பள்ளிக்கூடத்தின் பெயர் எல்லாப் பத்திரிகைகளிலும் வெளி வந்தது. வேணுகோபாலால் தான் இந்தச் சிறப்பும் பெருமையும் பள்ளிக்கூடத்திற்குக் கிடைத்தது என்று தலைமையாசிரியர் கூறினார்.

அந்தப் பெருமையில் தாமோதரன் பங்குபெற முடிய வில்லை; ராமசாமி பங்கு பெற முடியவில்லை. ஏனெனில் இரண்டு பேரும் பெயில்! ஆனால் அதைப் பாராட்டாமல் வந்து எப்போதும் போல பேசிக்கொண்டு இருந்தான். அவனுக்கு அப்பா இல்லை. அம்மா மட்டுந்தான். அப்புறம் ஒரு தங்கை. சொற்ப நிலமும் ஒரு சின்ன வீடும் இருந்தது. நிலத்தைக் குத்தகைக்கு விட்டு சாப்பிட்டுக் கொண்டு இருந்தார்கள். போன வருஷத்தில் அவன் தங்கைக்குக் கல்யாணம் நடந்தது. பம்பாய் பக்கத்து மாப்பிள்ளை. கல்யாணம் ஆன ரெண்டு நாளில் பெண்ணை அழைத்துக்கொண்டு போய்விட்டான். அந்தக் கல்யாணத்திற்காக நிலமும் வீடும் சொக்குப் பிள்ளையிடம் விற்கப்பட்டுவிட்டது. இனி சாப்பாட்டிற்கு வேணு வேலை செய்தால்தான் உண்டு. அவன் படிப்பிற்கு சீக்கிரத்திலேயே வேலை கிடைத்து விடும் என்று சொன்னார்கள். ஆறேழு மாதங்கள் சென்றன. வேலை யொன்றும் சரியாகக் கிடைக்கவில்லை.

சாலையில் இவன்கூட வேணுவைப் பார்த்த சொக்குப் பிள்ளை, “என்ன தம்பி வேல கிடைச்சிடுச்சா?” என்று கேட்டார். அவன் ஒன்றும் பதில் சொல்லவில்லை. அவரைப் பரிதாபமாக ஏறிட்டுப் பார்த்தான். அந்தப் பார்வையே அவருக்குப் புரியவைத்தது.

“நம்ப சிநேகிதன் சென்னையில பெயிண்ட் கம்பெனி வச்சி இருக்கான். நான் சொன்னா ஒரு வேல போட்டுத் தருவான். அவன்தான் முதலாளி! ஒரு அப்ளிகேஷன் எழுதிக் கிட்டு என்ன வந்து பார்!”

சொக்குப் பிள்ளை சொன்னால் செய்வார். அவர் சொல்லுக்கு மதிப்பு உண்டு. அம்மாகூட அவரைப் போய் பார்க்கச் சொன்னது உண்டு. இவன்தான் அதைத் தவிர்த்துக் கொண்டே வந்தான்.

வீட்டிற்குத் திரும்பி வந்து ஒரு விண்ணப்பம் எழுதினான். ஒருமுறை எழுதியதை இன்னொரு முறை மாற்றி எழுதினான்; அப்புறம் அதைப் படித்துப்பார்த்தான். சரியாக இருப்பது போலத்தான் இருந்தது.

இவன் பக்கத்தில் உட்கார்ந்து அவன் படிப்பதையெல்லாம் பார்த்துக்கொண்டே இருந்தான். அதை ஒரு பெரிய புத்தகத்தில் வைத்து எடுத்துக்கொண்டு சொக்குப் பிள்ளையைத் தேடிக் கொண்டு ஓட்டலுக்கு வந்தார்கள். ஓட்டல் அவருக்குச் சொந்தமாக இருந்தாலும், பெரும்பாலும் அவர் அதில் உட்கார்வது இல்லை. அவர் மருமகன் தான் ஓட்டலில் இருப்பார். ஆனால் இவன் நல்ல காலம் போலும்! அவரே ஓட்டலில் உட்கார்ந்து கொண்டிருந்தார்.

வேணுகோபால் அவருக்கு வணக்கம் தெரிவித்துவிட்டு விண்ணப்பத்தை முன்னே நீட்டினான். அவர் ஒருமுறை அதைப் படித்துப் பார்த்தார். அப்புறம் வேகமாகத் தலையை அசைத்து, "நல்லாதான் இருக்கு!" என்றவர் இவனைப் பார்த்து "நீதான் எழுதினியா?" என்று கேட்டார்.

"ஆமாங்க!"

"தேவலாமே! தப்பு இல்லாம எழுதி இருக்க! கையெழுத்துக் கூட நல்லா இருக்குது. இந்த ரெண்டுக்காகவே உனக்கு ஒரு வேல போட்டுத் தருவான்."

வேணுகோபால் திரும்பி தாமோதரனைப் பார்த்தான். சொக்குப் பிள்ளை பார்வை அவன் பக்கம் திரும்பியது.

"யார் அது? உன் கூட்டாளியா?"

"ஆமாங்க!"

"பெயர் என்ன? ஆரு வூடு?"

"மேலத் தெரு! தாமோதரன் பக்கிரி படையாச்சி பையங்க!"

"ஆரு! பட்டா பக்கிரி படையாச்சி பையனா? எதுக்குடா பின்னால நிக்கற, இங்க முன்ன வா" என்றார். தாமோதரன் மெதுவாக அவர் பக்கம் சென்றான்.

"பரீட்சை என்ன ஆச்சி, தேரிட்டியா?"

அவன் பேசாமல் இருந்தான்.

"போயிடுச்சா?"

"ஆமாங்க!"

"அப்ப, நாளைக்கு உன் அப்பன் மாதிரியே வந்துடுவ. இனிமே ஊர்ல கடை கண்ணி வைத்துக்கொண்டு இருக்க முடியாது. தனக்குப் பின்னால உன் அப்பனுக்கு ஒரு வாரிசு உருவாயிட்டுது!"

அவன் அப்பா பட்டா பக்கிரி படையாச்சி ஒரு விசித்திரமான ஆள். ரெண்டு நாளைக்கு வேலைக்குப் போவார். பத்து நாளைக்கு அப்புறம் ஊர் சுற்றிக்கொண்டு இருப்பார். ஒரு இடத்தில் உட்கார்ந்து பேசினால் நாலு இடத்துக்குக் கேட்கும். அப்படி ஒரு குரல். அந்தக் குரல் ஏதோ சாதனை புரிந்ததுபோல இருக்கும். ஆனால் ஒன்றையும் சாதித்து இருக்காது. அது காரணமாக அவருக்குப் பட்டா பக்கிரி என்று பெயர் வந்துவிட்டது.

கையில் காசு இல்லாதபோது, சொக்குப் பிள்ளை ஓட்டலுக்குள் தான் நுழைவார். நல்ல வசதியான இடமாகப் பார்த்து உட்கார்ந்துகொண்டு இட்லி தோசை வடை என்று சாப்பிடுவார். அப்புறம் டிகிரி காபி சாப்பிடுவார். அலம்பிய கையை மேல் துண்டில் துடைத்துக்கொண்டு பில்லைக் கொண்டு வந்து சொக்குப் பிள்ளையிடம் கொடுத்து விட்டு, "புள்ள இட்லி, சாம்பார், சட்னி எல்லாம் ரொம்ப பிரமாதம். அதுக்காகவே நாலு இட்லி கூடச் சாப்பிடலாம்!" என்பார்.

"சாப்பிடுறது!"

"உங்க ஓட்டல்ல சாப்பிடாம பின்ன எங்க சாப்பிடுறது?"

"சரி, காச கொடுத்துட்டு இடத்த காலிபண்ணு."

"மீதி சில்லறை கொடுத்தா நான் போறேன்!"

"மீதியா? என்ன பக்கிரி! நீ என்ன சொல்லுற?"

"புள்ள, வரவர உங்களுக்கு ஞாபக சக்தி ரொம்ப குறைஞ்சி போயிடுச்சி. நோட்ட வாங்கி உள்ள போட்டுக்கிட்டு மறந்து போயிட்டீங்க!"

"நானா? நோட்ட வாங்கி உள்ள போட்டுக்கிட்டேனா?"

"விளையாடாதீங்க புள்ள காலங்காத்தால! அதுக்கெல்லாம் நேரம் இல்ல; ரொம்ப வேல கெடக்குது, சில்லறை கொடுங்க!"

"டேய், பக்கிரி வரவர உனக்கு ரொம்பதான் இது வந்துடுச்சி. உம்..!"

"ரெண்டு நாளா கையில காசே இல்லீங்க புள்ள! ஒரு... நாலணா கொடுங்க! உங்கள வுட்டா வேற இடத்துக்குப் போக முடியுங்களா புள்ள!" அப்ப குரல் தாழ்ந்து ஒலிக்கும்.

தொலைந்து போனவர்கள்

சொக்குப் பிள்ளை நிமிர்ந்து ஒரு பார்வை பார்த்துவிட்டு நாலணாவை எடுத்து முன்னே வைப்பார். பக்கிரி அவர் முகத்தைப் பார்க்காமல் காசை கையில் எடுத்து மடியில் செருகிக்கொண்டு வேகமாகப் படியிறங்கிக் கீழே வருவார். வாசலுக்கு வந்துதும் "வரங்க புள்ள!" என்பார் சப்தமாக,

"வா" பக்கிரி நடந்து போவதையே பார்த்துக்கொண்டு இருப்பார். இப்போது பார்வை தாமோதரன் பக்கம் திரும்பியது. அப்பன் மாதிரி இருக்கிறான்! முகம், உடல்வாகு எல்லாம் அப்படித்தான். குணமும் அப்படியே இருக்குமோ? அவரால் தீர்மானிக்க முடியவில்லை; இருந்தாலும் பக்கிரி மோசமான ஆள் இல்லை, கையில் பணம் காசு இல்லாவிட்டாலும் சரீரத்தால் உதவுவார். அதுவே அரிய குணந்தான் என்று பட்டது.

ரொம்ப நேரமாக நிற்பது மாதிரி வேணுகோபாலுக்குத் தோன்றியது. சொக்குப் பிள்ளை முகத்தை நிமிர்ந்து பார்த்து... "நாங்க அப்ப வரட்டுங்களா?" என்றான்.

"உள்ள போய் ஒரு காபி சாப்பிட்டுவிட்டுப் போ!"

"இல்லீங்க, வேணாங்க!"

"சும்மா போ குந்து!" என்று ஒரு அதட்டல் போட்டார். அவன் மெதுவாக மேலே அடியெடுத்து வைத்தான். தாமோதரனுக்கு ஓட்டலுக்குள் போய் காபி சாப்பிட விருப்பம் இல்லை. எனவே அப்படியே நின்றுகொண்டிருந்தான். சொக்குப் பிள்ளை பார்வை திரும்பியது.

"ஏண்டா, உனக்கு ஒரு வாட்டித் தனியா சொல்லணுமா? உள்ள போ!"

இவன் படியேறி உள்ளே போய் பெஞ்சியில் வேணுகோபால் பக்கத்தில் உட்கார்ந்தான். அவனுக்காக ஒரு காபி காத்துக் கொண்டிருந்தது. ஆனால் எடுக்க ஏனோ மனம் வரவில்லை.

வேணுகோபால் காபியை எடுத்து ஒரு முறை ஆற்றி விட்டு இவன் முன்னே வைத்து மெதுவாக, "சாப்பிடு" என்றான். இவன் ஒரு நிமிஷம் பொறுத்து மெதுவாக காபி டம்ளரைக் கையில் எடுத்தான்.

கார் வேகமாக ஓடிக்கொண்டிருந்தது. தாமோதரன் திரும்பிப் பார்த்தான். சங்கரன் இரண்டு கைகளையும் மார்பில் அழுத்திக் கொண்டு உட்கார்ந்திருந்தான்.

எதற்கு இப்படி தனிமைப்பட்டுப் போய்விடுகிறான் என்ற பழைய கேள்வியை தாமோதரன் மறுபடியும் கேட்டுக்

கொண்டான். கார் வளைந்து திரும்பியது. சிநேகிதத்தையும், பழக்கத்தையும் எது முறித்து விடுகிறது என்று யோசித்தான், ஒன்றும் பிடிபடவில்லை. திடீரென்று தான் குடித்துவிட்டு அதிகமாகப் பேசி விட்டது மாதிரிப் பட்டது. குடித்தால் அப்படித் தான் நிதானம் போய்விடுகிறது. இனி குடியைத் தனிமையில் வைத்துக்கொள்ள வேண்டும் என்று தீர்மானம் போல் சொல்லிக் கொண்டான். கூடவே, அதுதான் இப்படியெல்லாம் தீர்மானித்து அடிக்கடி கைவிட்டு இருப்பதும் நினைவுக்கு வந்தது.

கை காரின் ஹாரனை அடித்தது. சங்கரன் திரும்பிப் பார்த்தான்.

"சங்கர்! நீ கடைசியா வேணுவ எப்பப் பார்த்த?"

மறந்துபோன கால அளவை சரிப்படுத்திக்கொள்ள யோசித் தான். யோசனையின் இழைகள் ஒன்றுசேர நேரம் பிடிப்பது போல இருந்தது.

"ரெண்டு, ரெண்டரை வருஷம் இருக்குமா?"

"மூனு வருஷம் இருக்கும்போல இருக்கு."

"அப்புறம் இடையில, நீ பார்க்கல?"

"உம்..."

"நான் அவனைக் கல்யாணத்தப்ப பார்த்ததுதான்; பதினேழு வருஷம் ஆகப் போகுது!"

"அப்படியா?"

"நிஜமா! அப்புறம் நான் அவனைப் பார்க்கவே இல்ல!"

சங்கரன் வெளியே தலையை நீட்டிப் பார்த்துவிட்டு, "அந்தப் பழைய கட்டிடத்துக்குள்ள போ" என்றான். கார் வேகம் குறைய ஆரம்பித்தது. கார் உள்ளே நுழைந்து ஒரு வேப்ப மரத்தடியில் போய் நின்றது. இவன் கீழே இறங்கினான்.

"இங்கதான் வேலை பார்க்கிறானா?"

"ஆமாம்!"

"இருப்பானா, இப்ப?"

"தெரியல, எதுக்கும் விசாரித்துப் பார்க்கலாம்."

"முதல்ல சேர்ந்த வேலையில அவன் இல்ல, இல்ல?"

"ஆமாம்!"

“அதெ சொக்குப் பிள்ளைதான் வாங்கிக் கொடுத்தார்.”

உள்ளே இருந்து ஒரு ஆள் வெளியே ஓடிவந்தான். தாமோதரனை நிறுத்தி, “சார், கார் உங்களது தானே” என்று விசாரித்தான்.

“ஆமாம்!”

“ஓரமா, கொஞ்சம் பின்னால எடுத்து வாங்க. இப்ப சீப்இஞ்சினியர் வர்ற நேரம்!”

தாமோதரன் மறுபடியும் காரில் ஏறி உட்கார்ந்து வண்டியைப் பின்னால் கொண்டுபோய் நிறுத்தினான்.

வழிமறித்தவன், “யார் சார், யார பார்க்கணும்” என்றான்.

“வேணுகோபால்!”

அவன் சுரத்துக் குறைந்தது.

“மேல சார், இப்படியே போங்க!” என்று மாடிக்குப் போகும் வழியைக் காட்டினான்.

தாமோதரன் முன்னே நடந்தான். வரிசை வரிசையாக மர நாற்காலிகள்; பைல்கள்; பழுப்புக் காகிதங்கள்; எழுதிக் கொண்டும் படித்துக்கொண்டும் இருக்கும் மனிதர்கள். அந்த மனிதக் கூட்டத்தில் வேணுகோபாலை – பள்ளிக்கூடத்தில் முதல் மாணவனாகத் தேர்ச்சி பெற்று – சொக்குப் பிள்ளை சிபார்சில வேலை வாங்கிக்கொண்டு – முதன்முதலில் பட்டணப் பிரவேசம் செய்து – அப்புறம் கல்யாணம் பண்ணிக்கொண்டு அம்மாவையும் – மனைவியையும் ஒன்றாக அழைத்துக்கொண்டு பட்டணத்தில் நிரந்தரமாகக் குடியேறிவிட்ட அவனை இவன் தேடினான். அவன் தலை தட்டுப்படவே இல்லை.

சங்கரன் மேசைகளுக்கிடையில் புகுந்து முன்னே சென்றான். எழுதிக்கொண்டிருந்த ஒருவன் பேனாவோடு கையைத் தூக்கிக் கொண்டு பெரிதாகக் கொட்டாவி விட்டான். அவன் வாயை மூடட்டும் என்று பக்கத்திலேயே நின்றான். பிறகு, “சார்! வேணுகோபால் எங்க இருக்கார்” என்று கேட்டான்.

“எந்த வேணுகோபால்? நானும் ஒரு வேணுகோபால் தான். உனக்கு எந்த வேணுகோபால் வேணும்?”

“டி. எஸ். வேணுகோபால் சார்!”

“டி. எஸ். வியா, அவன் கீழ கிடக்கறான்.”

“கீழயா?”

“மாடிக்குப் பக்கத்துல கக்கூஸ்கிட்ட எப் – செக்ஷன் – இருக்கு. அதுல எட்கிளார்க்கா இருக்கான்.”

“இன்னக்கி வந்து இருக்காரா சார்?”

“வந்து இருக்கணும்; லேலைக்கு வராம எங்க போகப் போறான்? ஆமாம் நீங்க எல்லாம் யாரு? எதுக்கு இவ்வளவு அக்கறையா அவன தேடறீங்க?”

“பிரண்ட்ஸ்; ரொம்ப சின்னவயசில ஒண்ணா இருந்தோம்!”

“விசாரிக்கறதப் பார்த்தா பிரண்ட்ஸ் மாதிரி இல்ல!”

“நிஜமாவே நாங்க பிரண்ட்ஸ்தான் சார்!”

“சரி சரி. அவன் கீழதான் கிடக்கிறான். பாருங்க!”

இரண்டு பேரும் மாடியை விட்டுக் கீழே இறங்கி வந்தார்கள். கக்கூஸ் நாற்றம் அடித்தது. தாமோதரன் கைக்குட்டையை எடுத்து முகத்தில் அழுத்திக்கொண்டு வேகமாக நடந்தான். சங்கரன் காரி சுவற்றில் உமிழ்ந்தான். அவனைப்போலவே பலரும் உமிழ்ந்து உமிழ்ந்து சுவரெல்லாம எச்சிலும் சளியுமாக இருந்தது. இவர்கள் அதைத் தாண்டி வேகமாக உள்ளே சென்றார்கள். மூன்றுபேர் ஃபைல்களை பரப்பி வைத்துக்கொண்டு சப்தமாகப் பேசிக்கொண்டு இருந்தார்கள்.

தாமோதரன் நின்று ஒரு பார்வை பார்த்தான். அப்புறம், மடியில் கதைப் புத்தகத்தை விரித்து வைத்து குனிந்து படித்துக் கொண்டிருந்த பெண்ணிடம் போய் “மேடம்! ஹெட்கிளார்க் எங்க!” என்றான்.

அவள் திடுக்கிட்டதுபோல தலை நிமிர்ந்தாள் புத்தகத்தை மூடிக் கொண்டு, “யார் வேணும்” என்று மெதுவாகக் கேட்டாள்.

“வேணுகோபால், டி. எஸ். வேணுகோபால், ஹெட் கிளார்க்!”

அவள் உட்பக்கம் திரும்பி, “வடிவேலு” என்று குரல் கொடுத்தாள். காலை இழுத்து இழுத்துக்கொண்டு ஒரு ஆள் மெதுவாக வந்தான். அவள் அவனுக்கு இவர்கள் பக்கம் கையைக் காட்டினாள்.

“யார் சார்! உங்களுக்கு என்ன வேணும்?”

“ஹெட் கிளார்க் வேணுகோபால பார்க்கணும்!”

“அவருங்களா? இன்னிக்கு லீவுங்க!”

"நேத்தி வந்தாரா?"

"ரெண்டு நாளாவே வர்லீங்க!"

தாமோதரன் திரும்பி சங்கரனைப் பார்த்தான். வேணுகோபாலைக் கண்டுபிடிப்பதில் சிக்கல் வருகிறது எதனால் என்பதைத் தீர்மானிக்க முடியவில்லை. வடிவேலு இரண்டு ஃபைலைத் தூக்கிக்கொண்டு நடந்தான். அவன் கூடவே இவர்களும் சென்றார்கள். மாடிப்படி இறங்கும் போது, அவன் நின்று இவர்கள் பக்கம் திரும்பி, "என்ன சார், ஏதாவது விசேஷமா சார்" என்று கேட்டான்.

"அதெல்லாம் ஒண்ணும் இல்ல. நாங்க ரெண்டு பேரும் அவர் பழைய சிநேகிதம். பார்த்து ரொம்ப வருஷம் ஆகிடுச்சி. அதுனால பார்க்க வந்தோம்!"

"அதுதானே சார்! வேற ஒன்னும் இல்லியே?"

"அதான்."

"கார்ல வந்தது நீங்க தானே சார்!"

தாமோதரன் தலையசைத்தான். கக்கூஸ் பக்கம் வந்ததும் வடிவேலு சொன்னான். "வேணு சாரைத் தேடிக்கிட்டு நிறைய கடன் கொடுத்த ஆளுங்க வருவாங்க! அது தான் சார் கேட்டேன்!"

"நிஜமாகவே நாங்க அவர் சிநேகிதம் தான்."

"ஆள பார்த்தாலே எனக்கு நல்லா தெரியும் சார்! அது தெரியாட்டா உங்கக்கிட்ட நின்னு பேச முடியுமா? வேணு சார் ஒரு மாதிரி! இப்ப ஆபீஸ்க்கு வந்து நாலு, நாளாகுது. அடிக்கடி இப்படித்தான் மட்டம் அடிச்சிடுவார். ஆபீசில மெமோ மேல மெமோ கொடுத்துப் பார்த்துட்டாங்க. அவர் ஒண்ணும் திருந்துல. அப்புறம் ஒண்ணும், கேட்காம விட்டுட்டாங்க. அதுனால தான் சார் கேட்டேன். ஆபீசில அவரைப் பத்தி யாரும் ஒண்ணும் சரியா தகவல் கொடுக்க மாட்டாங்க!"

தாமோதரன் அவனை ஒருமுறை நிமிர்ந்து பார்த்தான்.

"வீட்டு அட்ரஸ் தெரியுமா?"

"வீடா?"

தாமோதரன் பையில் கைவிட்டு மணிபர்ஸை எடுத்தான். ஐந்து ரூபாய் எடுத்து அவனுக்குக் கொடுத்தான். ஆனால் அவன் அதை வாங்கிக் கொள்ளவில்லை. "சார், அதெல்லாம் ரொம்பத் தப்பு சார். வேணு சார்... நமக்கு ரொம்ப வேண்டியவர்.

அவர் உங்க சிநேகிதம். உங்கக்கிட்ட காசு வாங்கறது ரொம்ப ரொம்பத் தப்பு சார்! நீங்க பேனா கொடுங்க. நான் அட்ரஸ் எழுதித் தர்றேன்" என்று இவனிடம் பேனா வாங்கி எழுதிக் கொடுத்தான். அதை ஒருமுறை பார்த்து விட்டுப் பையில் வைத்துக்கொண்டு நடந்துபோய் காரில் உட்கார்ந்தான்.

சங்கரன் மெதுவாக வந்து காரில் அமர்ந்தான்.

"அவர் வீட்டைக் கண்டுபிடிக்கறது கொஞ்சம் கஷ்டம் சார்! ரெண்டு சந்து தாண்டிப் போகணும். கார்ல எல்லாம் போக முடியாது சார்!"

"அதெல்லாம் நான் பார்த்துக்கறேன்!"

தாமோதரன் வேகமாகக் காரை விட்டான். அவன் வேகம் இவனுக்கு ஆச்சரியம் கொடுத்தது. கண்ணாடியில் தெரியும் அவன் முகத்தையே பார்த்துக்கொண்டிருந்தான். கார் விரைந்து சென்றது.

10

தாமோதரன் காரின் வேகத்தைக் குறைத்துத் திரும்பினான். ஒரு செங்கல் லாரி புகையை விட்டுக் கொண்டு காரை முந்திச் சென்றது. அப்புறம் பின்னால் வந்த கார், பஸ், லாரி என்று ஒவ்வொரு வாகனமும் அவன் காரை முந்திச் சென்றன. அவன் ஒரே நிதானமாகக் காரை விட்டுச் சென்றான். சாய்ந்து இருந்த சங்கரன் நிமிர்ந்து உட்கார்ந்தான். சாலையில் போகும்போது அசாத்தியமான நிதானம் காட்டுகிறான் தாமோதரன். அது அனுபவத்தில் இருந்து கற்றதுபோலும் என நினைத்தான். ஒரு பீடியைக் கொளுத்திக்கொண்டான்.

ராத்திரி குடியில் அவன் பேசியதற்காகவே அவனை விட்டுவிட்டுப் போய்விட வேண்டும் போல இருந்தது. தான் பணக்காரன்; மேலே வந்துவிட்டேன் என்பதைக் காட்டுவதற்காகத் தனக்குப் பழக்கமானவர்கள் ஒவ்வொருவரையும் தேடிப் பிடிக்கிறானா என்று வினவிக்கொண்டான்.

இல்லை, அப்படி இல்லை. அவ்வளவு புத்திசாலித்தனம் தாமோதரனுக்கு இருப்பதாக இவனால் அனுமானிக்க முடியவில்லை. ஏதோ அன்பு விருப்பம் ஆசைதான் நண்பர்களைத் தேட வைப்பது மாதிரி இருந்தது. ஆனால் அதுவே சகிக்க முடியாதது மாதிரியும் இவனுக்குப் பட்டது. ரொம்ப சீக்கிரத்தில் அவனிடம் இருந்து விலகிப் போய்விட வேண்டும் என்று தீர்மானித்துக் கொண்டான். எப்படிப் போவது? எதைச் சொல்லி அவன் உறவை முறிப்பது? அதுதான் பிடிபடாமல் இருந்தது.

வேணுகோபாலைப் பார்த்துவிட்டு அவன் கண்ணில் படாமல் போய்விட வேண்டும் என்று சொல்லிக்கொண்டான். பார்வை அவன் பக்கம் சென்றது. சாலையில் கவனமாக வண்டியை ஓட்டிக்கொண்டு சென்றான். தலையில் நிறைய

எண்ணெய் தடவி சீவி இருக்கிறான். முடியெல்லாம் நரையேதும் இல்லாமல் ஒன்று போல் கருப்பாக இருக்கிறது. டை போட்டுக் கொள்கிறான் போலும்!

"கிட்டத்தட்ட வந்துட்டோம்" என்றான் தாமோதரன். இவன் பக்கம் திரும்பிக் கையில் இருந்த பீடியை வாயில் வைத்துக் கொண்டு ஒருமுறை தலையசைத்தான்.

"இங்க இருக்கிறவன் எப்படி என் கண்ணில படாம போனாங்கறதுதான், ரொம்ப ஆச்சரியமா இருக்கு!"

பீடியைக் கடைசி முறையாக ஒரு இழுப்பு இழுத்து விட்டு அதை வெளியில் தூக்கிப் போட்டான். பிறகு, நிமிர்ந்து இரண்டு பக்கமும் பார்த்துக்கொண்டான். இவனுக்கு இந்தப் பக்கம் எல்லாம் பழக்கமில்லை. எனவே பதிலொன்றும் சொல்லாமல் அப்படியே உட்கார்ந்து இருந்தான்.

கார் ஒரு தெருவிற்குள் நுழைந்தது. தாமோதரன் நிறைய விஷயங்களைத் தெரிந்து வைத்துக்கொண்டிருப்பதாக இவன் நினைத்தான். அவனுக்கு ஆட்கள் இடங்கள் எல்லாம் தெரிகிறது. ஊமைப்பெண்ணைக் கட்டிக்கொண்டு ரொம்பப் பெரிய மனுஷனாகிவிட்டான். அரண்மனை மாதிரி வீடு. அதற்குப் பரிசு வேறு வாங்கி இருக்கிறான். அதைத் தவிர வேறு என்னென்ன காரியங்களில் ஈடுபாடு கொண்டிருக்கிறானோ?

இந்த அறிவையும் சாமர்த்தியத்தையும் எங்கே இருந்து பெற்றான்? அதை மட்டும் இவனால் தீர்மானிக்க முடியவில்லை. எப்படியோ சம்பாதித்து, சாமர்த்தியமாக இருக்கிறான். அதுவே மெச்ச வேண்டியதுதான் என்று பட்டது. கூடவே கணக்கு வழக்கையெல்லாம் எப்படிச் சமாளிக்கிறான் என்று ஆச்சரியப் பட்டான். படிக்கும்போது அவனுக்கு கணக்கு சரியாக வராது. ஒரு வாய்ப்பாடுகூடத் தெரியாது. பத்தாம் வாய்ப்பாட்டைத் திணறிக்கொண்டு சொல்லுவான்.

ஒருநாள் கணக்கு வாத்தியார் ரங்காச்சாரி வகுப்பிற்குள் நுழைந்தார். பார்வை வகுப்பு முழுவதும் சென்று அவன்மீது நிலைத்து நின்றது.

"சுழி, நில்லு!"

தாமோதரன் பரக்கப் பரக்க எழுந்து நின்றான். அவன் எழுகிற தோரணையைப் பார்த்தால் பதில் சொல்ல முந்திக் கொண்டு வருவது போல இருக்கும்.

"பக்கம் இருநூற்று ஏழு. எட்டாம் பயிற்சியில மூன்றாவது கணக்குப் போட்டு இருக்கிறியா?"

தொலைந்து போனவர்கள்

தலையை அசைத்தான். ஞாயிற்றுக்கிழமை அன்று அவன் கணக்குப் புத்தகத்தைக் கையில் தொடவே இல்லை. ராமசாமியோடு சேர்ந்துகொண்டு அன்னவாசல் குளத்திற்கு மீன் பிடிக்கப் போய்விட்டான்.

"கணக்குப் போட்டு இருக்க. எங்க படி!"

தாமோதரன் நோட்டுப் புத்தகத்தை ஏடு ஏடாகத் தள்ளினான். பார்வை மெதுவாக சங்கர் பக்கம் திரும்பியது. அவன் நன்றாகக் கணக்குப் போடுவான். கையெழுத்தும் நன்றாக இருக்கும். தன் நோட்டுப் புத்தகத்தைப் பிரித்து ரங்காச்சாரி சாருக்குத் தெரியாமல் முன்னே வைத்தான். இவன் நோட்டையும் ரங்காச்சாரி சாரையும் மாறிமாறி பார்த்தான்.

"படி... சீக்கிரம் படடா!" சங்கரன் கீழே குனிந்துகொண்டு முணு முணுத்தான். அந்தப் பக்கத்தில் இருந்து ராமசாமி இடித்தான். பெஞ்சியில் இருந்த நோட்டைக் கையில் எடுத்துக் கொண்டு ஒரே வேகமாக ஏதோ பாடம் படிப்பதுபோல கணக்கைப் படித்து முடித்தான்.

"சுழி, சரியாத்தானே போட்டு இருக்க. எதுக்குப் பின்னே பயப்படுற?"

அவன் பதில் சொல்லவில்லை. நின்றுகொண்டே இருந்தான். நிற்பது கஷ்டமாக இருந்தது. குரலை உயர்த்தி, "சார்" என்றான்.

"சுழி, சொல்லு."

"இப்பப் படிச்சது, நான் போட்ட கணக்கு இல்ல சார்!"

"அப்படியா?"

"ஆமாம் சார்."

"பின்ன யார் போட்டது?"

"நீங்க அவன அடிக்கலேன்னா சொல்லுறேன் சார்!"

"அப்ப அந்த அடியை எல்லாம் நீ வாங்கிக்கணும்."

"சரி சார்!"

"அப்ப சொல்லு."

"அது சங்கர் நோட்டு சார்."

"அப்படியா. நீ இங்க வா"

ராமசாமியைத் தாண்டிக்கொண்டு முன்னே போய் ரங்காச்சாரிக்கு எதிரே நின்றான்.

சா. கந்தசாமி

"அடே, உனக்கு ரொம்பத் தாண்டா நெஞ்சு அழுத்தம், எங்க கையை நீட்டு." அவர் பிரம்பைக் கையில் எடுத்தார். இவன் அவரையே பார்த்துக்கொண்டிருந்தான். மேலே உயர்ந்த அவர் கை தாழ்ந்தது. பின்னால் நகர்ந்துகொண்டு, "சுழி, நீ போ" என்றார். அவர் குரலே மாறி இருந்தது.

"சார்! என்ன சார்?"

"போடா, போடான்னா!"

அவன் மறுபடியும் தயங்கிக்கொண்டு நின்றான்.

"சுழி, நீ போய் உன் இடத்துல உட்கார்." அவர் குரல் வித்தியாசமாக ஒலிப்பதை வகுப்பின் நிசப்தத்தில் உணர முடிந்தது.

இவன் மெதுவாகத் தன்னிடத்தில் வந்து உட்கார்ந்தான். அன்றைக்கு ரங்காச்சாரி சார் கணக்குப் பாடம் நடத்தவே இல்லை. நாற்காலியில் உட்கார்ந்து மேசையில் கையூன்றி இவனையும் கூரையையும் மாறி மாறிப் பார்த்துக்கொண்டிருந்தார். அவர் வாய் என்னவோ முணுமுணுத்தது. கை கூரையை நோக்கி உயர்ந்து தாழ்ந்தது. மணி அடித்தது! தலையை அசைத்துக்கொண்டு மெதுவாக எழுந்து வெளியில் சென்றார். பிறகு திரும்பி வந்து இவனை அருகில் அழைத்து, "சுழி, நீ பின்னால பெரிய ஆளா ஆகிடுவ" என்றார். அவர் என்ன சொல்கிறார் என்பதை இவனால் புரிந்துகொள்ள முடியவில்லை. மழிக்கப்படாத தாடி மீசை உள்ள நரைத்த அவர் முகத்தையே பார்த்துக்கொண்டிருந்தான்.

தாமோதரன் பின்னால் திரும்பி, "சங்கர் உனக்கு நம்ப ரங்காச்சாரி சாரை நெனவு இருக்கா?" என்று கேட்டான்.

அவன் யோசித்தான்.

"உனக்கு நெனவு இல்ல! என்ன எப்பப் பார்த்தாலும் சுழியின்னு கூப்பிடுவாரே நம்ப கணக்கு சார்!"

"அவரா, சொல்லு!"

"நாலு வருஷத்துக்கு முன்னால அவரைப் பார்த்தேன்!"

"அப்படியா?"

"திருப்பதிக்கு ஒருவாட்டிப் போயிருந்தேன்! கோயில் வாசல்ல கையேந்தி நின்னுக்கிட்டு இருந்தார். எனக்குச் சட்டென்று அடையாளம் தெரிஞ்சி போயிடுச்சி. ஆனா சாருக்கு என்ன தெரியல. முன்ன போய்ப் பார்த்தேன். கண்ணு தெரியல. சாருன்னு கூப்பிட வாய்கூட வந்துடுச்சி. கஷ்டப்பட்டு அதை

அடக்கிட்டேன்.கையில பத்து ரூபாயை வச்சிட்டுக் கோயிலுக்குள்ள கூட போகாம திரும்பிட்டேன். சாரைப் பார்த்தது, எனக்குத் திருப்பதி ஏழுமலையானைப் பார்த்தது மாதிரி ஆகிடுச்சி"

"அப்படியா?"

"நம்ப சார், அப்பவே ஒரு தினுசுதான் இல்ல?"

"பேச்சு சுவாரசியத்துல வேணு வீட்டுக்குப் போற வழிய விட்டுடப் போறோம்! கொஞ்சம் சரியா பாத்துக்கோ."

தாமோதரன் ஆச்சரியம் உற்றான். அவனுக்குத் திடீரென்று சங்கரன் மேல் கோபமும் வருத்தமும் வந்தது. ஒன்றும் பேசாமல் காரை ஓட்டிக்கொண்டு போய் ஒரு அரசமரத்தடியில் நிறுத்தினான். அதே அவசரத்தில் உள்ளே இருந்து இறங்கினான். சங்கரன், மெதுவாக இறங்கி, "அட்ரஸ் சரி தானா?" என்றான்.

"சரி தான்." தாமோதரன் முன்னே நடந்தான். அவன் பின்னால் சங்கரன் கையைப் பின்னால் கட்டிக்கொண்டு தலை குனிந்தபடியே நடந்தான்.

11

சங்கரனுக்கு ஆறாண்டுகளுக்கு முன்னால் ஒரு ஞாயிற்றுக் கிழமையன்று வேணுகோபாலைப் பார்க்கப் போனது நினைவுக்கு வந்தது. அப்போது அவன் திருவல்லிக்கேணியில் எண்பது ரூபாய் வாடகையில் குடியிருந்தான். அது வேடிக்கையான குடியிருப்பு! கீழே சமையல், மேலே படுக்கை. ஆபீஸ் பக்கம் என்பதால் அந்த வீட்டை மாற்றாமல் வைத்துக்கொண்டிருந்தான்.

வேணு மனைவி எப்போதும் சமையல் கட்டில்தான் இருப்பாள். ஏதாவது வேலை அவளுக்கு இருந்துகொண்டே இருக்கும். அவளிடம் தலையை நீட்டி இரண்டு வார்த்தை பேசிவிட்டுத்தான் இவன் மேலே போய் வேணுவிடம் உட்காருவான்.

ஞாயிற்றுக்கிழமைகளில் வேணு சீட்டுக் கச்சேரியில் உட்கார்ந்துவிடுவான். அவன் ஆபீஸ் நண்பர்கள், பக்கத்து வீட்டுக்காரர்கள் எல்லாம் வந்துவிடுவார்கள். வெற்றிலையை அரைத்துக் கொண்டு வெகுநேரம் வரையில் சீட்டு ஆடிக் கொண்டிருப்பார்கள்.

இவனுக்குச் சீட்டு ஆடத் தெரியாது.

இவனைப் பார்த்ததுமே, "மைதிலி கீழே இருக்கா!" என்பான் வேணு.

"காபி சாப்பிட்டியா?"

"தயாராகிக்கிட்டு இருக்கு."

"நீ சாப்பிட்டுவிட்டு, எனக்கொரு குவளை வாங்கிக்கிட்டு வா!"

இவன் திரும்பி வந்து, "மைதிலி இந்த சீட்டுக் கச்சேரிக்கு ஒழிவே இல்லியா" என்பான்.

அவள் ஒன்றும் பேசாமல் காபியை இவன் முன்னே வைப்பாள்.

"அவன் காபி கேட்டான்."

"முதல்ல நீங்க சாப்பிடுங்க!"

அவன் மெதுவாக அவளைப் பார்த்துக்கொண்டே காபியைக் குடித்தான்.

"மாலினி எங்க?" மாலினி என்பது வேணு முதல் பெண். கல்யாணம் ஆகி மறு வருஷமே பிறந்தவள். இவனைக் கண்டால் மாமா என்று ஓடிவந்து ஒட்டிக்கொண்டு விடுவாள்.

"விளையாட இப்பத்தான் போனா!"

"காபி கொடு அவன் கத்தப் போறான்."

"இன்னிக்கு அவருக்குக் காபி கிடையாது. வீடா, இது என்ன சத்திரமா? ஊர்ல இருக்கறவன எல்லாம் கூட்டி வச்சிக்கிட்டு பொழுதன்னைக்கும் சீட்டு... சீட்டு... ஆடற இடத்துக்குக் காபி... ரொம்ப நல்லாதான் இருக்கு. சிநேகிதர் என்று நீங்க எதுக்கு இருக்கிறீங்க? சொல்லக் கூடாது. நீங்க பாட்டுக்கு வந்து காபி குடிச்சிட்டுச் செத்த நேரம் வேடிக்கை பார்த்துட்டுப் போயிடுறீங்க. சிநேகிதம் என்கறதுக்கு அதுதான் அழகா"

"அவனுக்கு யாரு புத்தி சொல்ல முடியும்?"

அதுகூடச் சரிதான் என்று அவளுக்குப்பட்டது. அம்மா இருக்கிறவரையில் சீட்டுக் கச்சேரியை வெளியில் வைத்துக் கொண்டிருந்தான். அந்தத் தலை விழுந்ததும், காவல் போனது போல் ஆகிவிட்டது. ஒன்று ஒன்றாகத் தன் பழக்கம் அனைத்தையும் உள்ளே கொண்டு வந்துவிட்டான். சீட்டும் தண்ணியும் நிரந்தர மாக உள்ளே புகுந்துவிட்டது. ரேஸ் குதிரையைக் கொண்டு வர முடியாததால் அதற்கு மட்டும் போய்க்கொண்டிருக்கிறான்.

அந்தப் பழக்கத்தையெல்லாம் அவன் எப்படிப் பெற்றான் என்பது இவனுக்குத் தெரியவில்லை. அதிலெல்லாம் எப்படி சிக்கிக் கொண்டு தன்னை இழந்து இருக்கிறான் என்பதுதான் இவனுக்கு ஆச்சரியமளித்தது. ஒருமுறை அது பற்றி மைதிலி சொன்ன பிறகு பேச முற்பட்டான். ஆனால் அவன் அதை வெட்டிவிட்டான்.

"பெரிய முட்டாள் தனமே, புத்தி சொல்றதுதான்."

இவன் பதிலொன்றும் சொல்லாமல் அவன் வீட்டிற்குப் போவதைக் குறைத்துக்கொண்டு விட்டான். இரண்டு மூன்று மாதம் போல் போயிருக்கும்.

"என்ன கோபமா, ஆள காணோம்!"

இவன் பேசாமல் இருந்தான்.

"நான் ஏதோ சொல்லிட்டேன்னு கோவிச்சிக்கிட்டியா? நல்லா இருக்கு. அடிக்கடி வா!"

ஆனால் இவன் போகவில்லை. தனக்குத் தானே ஒரு தடை போட்டுக்கொண்டு விட்டான். அப்புறம் ஒரு நாள் என்னமோ நினைத்துக்கொண்டு போனான். சாய்ந்தர நேரம். அவன் இல்லை. மைதிலி மட்டுந்தான் இருந்தாள். கொஞ்ச நேரம் இருந்துவிட்டு, காபி சாப்பிட்டுவிட்டு அவனைப் பார்க்காமலேயே திரும்பி வந்தான். அப்புறம் இரண்டு மூன்று முறை சென்றான். ஒவ்வொரு முறையும் அவனைப் பார்க்க முடியவில்லை. ஏன் அப்படிப் போய் விடுகிறது. இன்றைக்கு எப்படியும் பார்த்துவிட வேண்டும் என்று, ஒரு ஞாயிற்றுக்கிழமையில் மூன்று மணிக்கே சென்றான்.

தலையை நீட்டி சமையல் அறையில் பார்த்தான். மைதிலி இல்லை. மேலே இருக்கலாம் என்று மாடியேறிப் போனான். மாடி அறைக்கதவு சாத்தி இருந்தது. அதோடு உள்ளே இருந்து பெரிசாகச் சப்தம் கேட்டது. நின்று கேட்டான். கையில் இருந்த பிஸ்கேட் பைக்குள் சென்றது.

"வார வாரம் எதுக்கு அவன் இங்க வர்றான்?"

"உங்க சிநேகிதர். உங்கள பார்க்க வர்றார்?"

"என் சிநேகிதன் என்ன பார்க்க வர்றது மாதிரி இல்லையே!"

"பின்ன?"

"உன்னதான். அவனக் கண்டதும் நீதான் பல்ல இளிச்சிக்கிட்டு முன்னால வந்து நிக்கறியே!"

"உங்களுக்கு இப்படிச் சொல்ல வெட்கமா இல்ல?"

"எனக்கு என்னடீ வெட்கம்?"

வேணுகோபால் பாய்ந்து மைதிலியை அடிக்கும் சப்தம் கேட்டது. சங்கரனால் நிற்க முடியவில்லை. அவசர அவசரமாகக் கீழே இறங்கி வந்தான். கைகளை வீசிக்கொண்டு வேகமாகச் சாலை வழியே நடந்தான். நடக்கையிலேயே வேணுகோபாலின் முகம் விகாரமாக இவன் மனதில் தோன்றி மறைந்தது.

தாமோதரன் காரின் சாவியைச் சுழற்றிக் கொண்டு சாலையில் இருந்து சந்துக்குள் நுழைந்தான். எச்சில் இலைகள் குப்பை யாகக் கிடந்தன. இரண்டு மூன்று நாட்களுக்கு முன் பொழிந்த

மழையில் அழுகி நாறியது. முன்னே சென்ற அவன் திரும்பிப் பார்த்தான். சங்கரன், செருப்பைக் கையில் எடுத்துக்கொண்டு வந்தான். சேற்றில் இவன் கால் வைக்க கால் அழுந்தி செறுப்பு அறுந்துவிட்டது. ஐந்தாறு தடவைகளுக்கு மேல் அறுந்த செருப்பு அது. மூன்று நாட்களுக்கு முன்னால் தைக்கும் போதும், "தைச்சா நிக்காது சார்" என்றான் சக்கிலி.

"நின்ன வரைக்கும் சரி. தைய்" என்றான் இவன். இப்போது அறுந்துவிட்டது. காலில் போட்டுக்கொண்டு போக முடியாது.

தாமோதரன் நின்னு, "என்ன செருப்பு அறுந்து போயிடுச்சா" என்றான்.

"ரொம்ப பழசு." சங்கரன் அறுந்த செருப்பைக் குப்பையில் தூக்கிப் போட்டு விட்டு முன்னே வந்தான்.

"செருப்பு இல்லாம நடக்கறது கஷ்டமில்ல?"

"என்ன கஷ்டம்?"

ஒரு கறுப்பு நாய் இவர்களைப் பார்த்துக் குரைத்துக் கொண்டே பின்னால் ஓடி வந்தது.

தாமோதரன் கையிலிருந்த சீட்டை ஒருமுறை திரும்பவும் படித்துப் பார்த்தான். அப்புறம் அதைக்கொடுத்து, "பார், 31 தானே" என்றான்.

"ஆமாம் அதுதான்."

31வது வீடு சின்ன சந்துக்குள் சென்றது. இரண்டு பேர் ஒன்றாக அதில் போக முடியாது. இவர்கள் இரண்டு பேரும் ஒருவர் பின்னால் ஒருவராகச் சென்றார்கள். உள்ளே இருந்து வெளியே வந்துகொண்டு இருந்த ஒரு பத்து வயதுப் பெண், "யாரு வேணும்" என்றாள்.

"வேணுகோபால்"

"முரளி அப்பாவா?"

சங்கரன் தலையசைத்தான்.

"கடைசி வீடு."

இவர்கள் நடந்தார்கள்.

ஊரில் வேணுகோபால் வீடு தாமரைக்குளத்திற்குப் பின்னால். இவர்கள் எல்லோரும் குளத்தில் விழுந்து விழுந்து குளிப்பார்கள். ஆனால் வேணு இவர்களோடு சேர்ந்து குளிக்க மாட்டான். இவர்கள் குதித்துக் குளத்தில் அதம் பண்ணுவதை

பூவரசு மரத்தின் கீழே உட்கார்ந்து வேடிக்கை பார்த்துக்கொண்டு இருப்பான். சட்டைக்கெல்லாம் இவன் தான் காவல் என்று இவர்கள் நினைத்துக்கொள்வார்கள். ஆனால் இவனோ தன் புத்தகத்தில் கவனமாக இருப்பான்.

ஒரு பையன், ஆறு வயது இருக்கும்; "அப்பாவைப் பார்க்கணுமா?" என்றான்.

"ஆமாம்."

"நீங்க யாரு?"

"உங்க அப்பா பிரண்ட்ஸ்,"

"வாங்க!"

முன்னே ஓடிய பையன் வாசலில் நின்று, "அம்மா, அப்பாவைப் பார்க்க ரெண்டு பேரு வந்து இருக்கா" என்றான்.

சற்றுப் பொறுத்து மைதிலி உள்ளே இருந்து வெளியே வந்தாள். சங்கரனைப் பார்த்ததும் உடனே அடையாளம் கண்டு கொண்டு "வாங்க, வாங்க இத்தனை வருஷத்துக்கு அப்புறம் இப்பத்தான் வழி தெரிஞ்சுச்சா" என்றாள்.

சங்கரன் முன்னே செல்ல, தாமோதரன் குனிந்து பின்னே சென்றான். சாய்வு நாற்காலியில் சாய்ந்தபடி வெற்றிலை போட்டுக் கொண்டு இருந்த வேணுகோபால், "யார் அது? யாரைப் பார்க்க வேண்டுமாம்?" என்றான். "உங்க பிரண்ட் உங்களைத்தான் பார்க்க வந்து இருக்கார்." "யார் அது?" உள்ளே இருந்து வேணுகோபால் வெளியே வந்தான். சங்கரனைப் பார்த்ததும், "அடெடே சங்கரனா வாடா வா" என்று வரவேற்றான்.

"அது இருக்கட்டும். இது யார் தெரியுதா பார்?"

வேணு நிமிர்ந்து பார்த்தான். எங்கோ பார்த்தது மாதிரி இருந்தது. ஆனால் யார் என்று தீர்மானிக்க முடியவில்லை.

"இரு" என்று வெளியே போய் வெற்றிலை எச்சிலைத் துப்பிவிட்டு வந்தான்.

தன்னை அடையாளம் கண்டுகொள்ள முடியாத நண்பனை தாமோதரன் பார்த்துக்கொண்டே இருந்தான். தலை மயிர் சுத்தமாகக் கொட்டிவிட்டது. முகத்தில் ஒடுக்கி, இவனுக்கு அறிமுக மான முகமாக அது இல்லை. அப்புறம் பெரிசாக ஒரு கண்ணாடி மாட்டி இருந்தான். சங்கரன் அழைத்துக்கொண்டு வராவிட்டால் அவனை அடையாளம் கண்டுகொண்டிருக்க முடியாது என்று இவனுக்குப் பட்டது.

"உட்காரு. யார் அது, எங்கேயோ ரொம்பப் பார்த்த முகம் போல இருக்கு."

"நல்லா பாரு."

"தெரியாமத்தானே கேட்கறேன்!"

"என்ன தெரியலங்கிறீங்க, உங்க பழைய சிநேகிதர், மல்லிக் கொல்ல தெரியலியா" என்றாள் மைதிலி வேணுகோபாலைப் பார்த்து.

"அடடா நம்ம தாமோதரனா? எனக்கு அடையாளம் நிஜமாவே தெரியல." ஈஸிசேரில் கிடந்த துண்டை எடுத்து மேலே உதறிப் போட்டுக்கொண்டான்.

"சுத்தமா எனக்கு அடையாளம் தெரியல, அவனுக்குத் தெரியுது."

தாமோதரன் பதிலொன்றும் சொல்லாமல் வீட்டின் சூழ்நிலையைப் பார்வையில் கிரகித்துக்கொண்டிருந்தான்.

"என்ன இருந்தாலும், பெண்களுக்கு இருக்கற அறிவு நமக்கு இல்ல. என்ன தாமோதரன் நான் சொல்லுறது சரி தானே?"

தாமோதரன் ஒரு சிரிப்புச் சிரித்தான். வேணுகோபாலைப் பற்றி அவன் எதிர்பார்ப்புகளும், கனவுகளும் சிதைந்து போய் விட்டன. உடைந்து போன ஒரு மனிதனைப் பார்ப்பதுபோல இருந்தது. அவனையே பார்த்தபடி இருந்தான்.

"கடைசியா நம்ப எப்பப் பார்த்தோம்?"

"அப்புறம் நம்ப இரண்டு பேரும் பார்க்கவே இல்ல."

தாமோதரன் அவனையே பார்த்துக்கொண்டிருந்தான்.

12

மைதிலி இரண்டு காபி கொண்டு வந்து வைத்தாள். "நான் இப்பத்தான் காபி சாப்பிட்டு விட்டு வெற்றிலை போட்டேன். நீங்க சாப்பிடுங்க" என்று வேணுகோபால் உபசாரம் செய்தான்.

"காபி இருக்கட்டும், வேணு உனக்கு எத்தனை குழந்தைங்க; எல்லாம் என்ன பண்ணுது?"

"குழந்தையா?" அசிரத்தையோடு கேட்டான். "முதல்ல பொண்ணு. படிப்ப முடிச்சிட்டு, டைப் கத்துக்குது. மத்தது எல்லாம் சின்னது. மொத்தம் ரெண்டு பொண்ணு கடைசியில ஒரு பையன்."

"பரவா இல்ல. ஓரளவுக்கு அளவான குடும்பந்தான்!"

"ஆமாம், ஆமாம். ரொம்ப அளவுதான். அதெல்லாம். கிடக்கட்டும். நீ என்ன பண்ணிக்கிட்டு இருக்க. அத முதல்ல சொல்லு. ஏதோ பெரிய மனுஷனாகிட்டேன்னு கேள்விப்பட்டேன்."

"என்ன பெரிய மனுஷன். ஒரு கார் ஒர்க்ஷாப், ஒரு பெட்ரோல் பங்கு வச்சி இருக்கேன்."

"நிஜமாவே இப்ப நீ பெரிய ஆளுதான். மைதிலி பார்த்தியா? நம்ப கல்யாணத்துக்கு வண்டியோட்டிக்கிட்டு வந்த தாமு இப்ப கார் ஒர்க் ஷாப்புக்கு அதிபதியா இருக்கிறான். அதான் காலம்! எங்க அம்மா சொல்லுவாங்க. ஒவ்வொருத்தருக்கும் ஒரு காலம் உண்டு. அதுல கீழ இருக்கறவன் மேல வருவான்; மேல இருக்கறவன் கீழ போவான்னு அது ரொம்ப சரியாதான் இருக்கு... எப்ப உனக்கு கல்யாணம் ஆச்சி... எத்தனை பசங்க?"

"ரொம்ப லேட்டாதான்! யாருக்கும் சொல்ல முடியாம போயிடுச்சி!"

“அதெல்லாம் வாழ்க்கையில சகஜம். எது எப்படி நேரனுமோ அது அப்படித்தான் நேரும். அதுக்கெல்லாம் நம்ப வருத்தப்படக் கூடாது!”

“எங்க உன் பெரிய பொண்ணு?”

“டைப்பிங் படிக்கப் போய் இருக்கிறா.”

“பொண்ணுக்குச் சீக்கிரம் கல்யாணம் பண்ணி தாத்தாவா ஆகிடுவே!”

“கல்யாணமா? நான் எங்க பண்ணுறது. எல்லாம் அதுவா பண்ணிக்க வேண்டியதுதான்!”

“ரொம்ப வேடிக்கையா பேசுற!”

“வேடிக்கையா? ரொம்ப நிஜமா பேசுறேன். காபி ரொம்ப நேரமா ஆறுது; சாப்பிடு.”

இவன் திரும்பி சங்கரனைப் பார்த்தான். அவன் வந்ததில் இருந்து கீழே கிடந்த ஒரு பத்திரிகையை எடுத்து ரொம்ப கவனமாகப் படித்துக்கொண்டிருந்தான். இவன் காபியை எடுத்து ஆற்றினான். அது தண்ணீர் மாதிரி இருந்தது. வேணு வீட்டில் அவன் அம்மா கைமெஷின் வைத்துக்கொண்டு காபி போடுவாள். இவன்கூட காபி கொட்டை வாங்கிப் பல முறை கொண்டுவந்து கொடுத்திருக்கிறான். ஆனால் வேணு காபி குடிக்க மாட்டான். வெறும் பால். இவன்தான் எப்போது போனாலும், அம்மா காபி என்று வாங்கிக் குடிப்பான்.

வேணுகோபாலுக்குக் காது மந்தமாகிவிட்டது போல இருந்தது.

ஒவ்வொரு வார்த்தையையும் இரண்டு மூன்று முறை கேட்டான். அப்புறம் அவனுக்கு இன்னும் என்னென்ன நேர்ந்து இருக்கிறதோ தாமோதரனுக்குத் தெரியவில்லை. இவனுக்குப் பழக்கமான வேணுகோபாலைக் காண முடிய வில்லை. அதுதான் வருத்தம் அளித்தது.

“சங்கர், நீயும் காபி சாப்பிடு.”

சங்கரன் கையில் இருந்த பேப்பரை மடித்து ஒரு மூலையில் போட்டுவிட்டு கனைத்துக்கொண்டு காபியை எடுத்துக் குடிக்க ஆரம்பித்தான்.

“நீ வேணு, குடும்பத்தோட நம்ப வீட்டுக்கு வரணும்.”

“நானா, நான் எங்கேயும் இப்ப எல்லாம் போறது இல்ல! வீடு... வீடு விட்டா ஆபீஸ். ஆபீஸ் விட்டா வீடு அவ்வளவுதான்.

பிரண்ட்ஸ்... சொந்தக்காரன் ஒருத்தன் வீட்டுக்கும் போறது இல்ல... எதுக்கு ஒருத்தன் வீட்டுக்குப் போகணும்?"

"அது சரியா ஆகிடுமா?"

என் மாமனார் வீட்டுக்குப் போய் பத்து வருஷம் ஆகுது. நல்லதுக்கும் போறது இல்ல; கெட்டதுக்கும் போறது இல்ல. எல்லாத்துக்கும் மைதிலிதான்.

மைதிலி அதைக் காதில் வாங்கிக்கொள்ளாதவள் மாதிரி வெளியே வந்து இரண்டு காபி டம்ளரையும் எடுத்துக்கொண்டு திரும்பிச் சென்றாள்.

"நான் இப்ப ஒருத்தனையும் கேர் பண்ணுறது இல்ல. பணம் காசு இருந்தா அவன் கிட்ட இருக்குது. நம்ம என்ன பண்ண முடியும்... நம்ப மதிச்சாதானே அவனுக்கு மதிப்பு... என்ன நான் சொல்லுறது தாமு..."

"அது சரிதான்... நீ குடும்பத்தோட என் வீட்டுக்கு எப்ப வர்ற?"

"நான் தானே ... வர்றேன். நீ வேற ரொம்ப பெரிய மனுஷனாகிட்ட. உன்ன வந்து நானும் பெரிய மனுஷனாக்க வேண்டாமா?"

"குழந்தைகளோட தம்பதி சகிதமா வரணும்!"

"குடும்பம் கிடும்பம் என்று என்கிட்ட பேசாதே. நீ கூப்பிடுற நான் வர்றேன். அவளப் பத்தி என்கிட்ட பேசாத, அவள புறப்படுன்னா இல்லாத வம்பு எல்லாம் பண்ணுவா, எனக்குக் கோபம் வந்துடும். அப்புறம் இரண்டு பேருக்கும் சண்ட வரும்; பாத்திரப் பண்டமெல்லாம் உடைபடும்!"

தாமோதரன் ஒரு சிரிப்புச் சிரித்தான். "வேடிக்கையின்னு சிரிக்காத, நான் நிஜம் பேசுறேன். பொய்யெல்லாம் பேசுறது இல்ல. வழவழ கொழகொழ பேச்சும் கிடையாது. உண்டு என்னா உண்டு; இல்லையென்றால் இல்லை. அவ்வளவுதான்."

நிமிர்ந்து சங்கரனைப் பார்த்தான்.

"இவனுக்கு நல்லா எல்லா கதையும் தெரியுமே. திருவல்லிக்கேணியில் இருந்தவரைக்கும் அடிக்கடி வந்துக் கிட்டு இருந்தான். அப்புறம், பெரிய தலைவராகி விட்டான். கண்ணுலேயே படறது இல்ல. நீ வர்றே என்றுதான் வந்து இருக்கான். இவன் ஒரு பெரிய மனுஷன். நான் இப்ப பெரிய மனுஷனை எல்லாம் தேடிக்கிட்டுப் போறது இல்ல" என்றான் வேணு.

"அது சரிதான், நீ எப்ப வர்ற?"

"எப்ப வர்றது அது என்ன கணக்கு, அட்ரஸ் கொடுத்துட்டுப் போ எனக்கு எப்ப ஒழியுதோ அப்ப நான் வர்றேன்!"

"அட்ரஸ் கொடுக்கறேன். அதெல்லாம் சரி, குடும்பத்தோட நீ எப்ப வர்றேன்னு சொன்னா, கார் கொண்டாந்து அழச்சிக் கிட்டுப்போய், திருப்பிக் கொண்டாந்துவிடுறேன்."

"அப்படியா இரு மைதிலியை கூப்பிடுகிறேன்" என்றான். இரண்டு முறை அவன் குரல் கொடுத்ததும் உள்ளே இருந்து மைதிலி வெளியே வந்தாள். அவளைப் பார்த்ததும், தாமோதரன் எழுந்து நின்றான்.

"நீங்க ஒருமுறை நம்ம வீட்டுக்கு வரணும். கல்யாணத்து அப்புறம், நான்தான் உங்கள ரயில் ஏத்திவிட்டேன். அதுக்கு அப்புறம் இப்பத்தான் பார்க்கறேன். நீங்க தட்டாம ஒரு முறை வீட்டுக்கு வரணும்!"

"அவுங்க கிட்ட சொல்லுங்க!"

"சொல்லி இருக்கேன். இவன் கூப்பிடுற அப்ப நீங்க வந்துடணும். உங்களுக்கு ஞாயிற்றுக்கிழமை சரிப்படுமா? நான் காலையில் வண்டி எடுத்துக்கிட்டு வர்றேன். ஆபீஸ்... பள்ளிக்கூடம் எல்லாம் லீவுதானே... காலையில வந்துட்டு, சாயந்தரம் திரும்பி வந்துடலாம்!"

"இந்த ஞாயிற்றுக்கிழமையா? இது வேணாம், கொஞ்சம் வேலை இருக்குது. அப்புறம் வர்றேன், நீ தான் அட்ரஸ் கொடுத்து இருக்க இல்ல, முதல்ல நான் ஒரு நாளைக்குத் திடீரென்று வர்றேன். அப்புறம் எல்லோரும் குடும்பமா வர்றோம்!"

சங்கரன் நாற்காலியில் இருந்து எழுந்து இவன் பக்கமாக வந்தான். இவன் கைக்கடிகாரத்தைப் பார்த்தான்; நாழிகை யாகிவிட்டது, இனி இருக்க முடியாது.

"எங்க குழந்தையெல்லாம் காணோம்?"

"டி.வி. பார்த்துக்கிட்டு இருக்கும். இப்ப ஒண்ணுத்தையும் கண்ணுல காண முடியாது."

"நீ ரொம்ப மாறிப்போய் ரொம்ப வேடிக்கையா பேசுற வேணு!"

"நீதான் பாக்கி. நீயும் சொல்லிட்ட..."

"அப்ப, நான் புறப்படுறேன்!"

"சரி வா."

தாமோதரன் மைதிலி பக்கம் திரும்பி "நான் வர்றேங்க, நீங்க கண்டிப்பா நம்ப வீட்டுக்கு ஒருமுறை வரணும். நான்

வந்து அழச்சிக்கிட்டுப் போறேன்" என்றவன் வேணுவிடம் "நான் வரேன்" என்றான் மறுபடியும்.

"வா."

"என்ன வா."

"போயிட்டு வா."

"என்னங்க, வராத பிரண்டு வந்து இருக்கார். வாசல் வரைக்குமாவது போய் வழிஅனுப்ப வேண்டாமா? உட்கார்ந்துக்கிட்டே வா போன்னு சொல்லிக்கிட்டு இருக்கிறீங்க" என்றாள்.

"இவன் என்ன நமக்கு அன்னிய ஆளா! அதெல்லாம் ஒண்ணும் தப்பா நினச்சிக்க மாட்டான்."

"இல்ல வேணு. நீ ரெஸ்டு எடுத்துக்க. நான் போயிட்டு வர்றேன்."

"நமக்கு ரெஸ்ட்ங்கறது சாவுலதான். அதுவரைக்கும் இந்தக் கட்டைக்கு ரெஸ்ட்ங்கறதே இல்ல."

"எதுக்கு இந்த அபசகுணம் எல்லாம்" என்றாள் மைதிலி.

"நான் என்ன உன்கிட்டயா பேசினேன். நீ எதுக்கு வர்ற... இப்படித்தான் நான் என்ன பேசினாலும் வந்துடுவே!" சங்கரன் முதலில் வெளியே நடந்தான்.

"இனிமே இங்க உட்காரக் கூடாது. உட்கார்ந்தா ஆபத்து. நானும் உன்கூடச் செத்த வெளியில வர்றேன்!"

முன்னே காலடி எடுத்து வைத்த தாமோதரன் உடனே திரும்பி, "குழந்தைகளுக்கு அவசரத்துல ஒண்ணும் வாங்காம வந்துட்டேன். அவசரத்துல முடியாம போயிடுச்சி" என்று ஒரு நூறு ரூபாய் நோட்டை எடுத்து அவளிடம் கொடுத்தான்.

"எதுக்குங்க இதெல்லாம்" மைதிலி பின்னால் நகர்ந்தாள்.

"குழந்தைகளுக்கு ஏதாவது வாங்கிக்கிட்டு வந்திருக்கணும். அது முடியாம போயிடுச்சி. நீங்க மறுக்காம வாங்கிக்கணும். நான் வேணுகிட்டப் பேசிக்கறேன்" அவளை நோக்கிப் பணத்தை நீட்டினான். மெதுவாக மைதிலி கை நீண்டது.

"அவசியம், நீங்க நம்ப வீட்டுக்கு ஒரு முறை வரணும். நான் வந்து அழைச்சிக்கிட்டுப் போறேன்" என்று அவளிடம் விடை பெற்றுக்கொண்டு தாமோதரன் வெளியே வந்தான்.

வாசலில் சங்கரனும் வேணுகோபாலும் ஆளுக்கொரு திசையைப் பார்த்துக்கொண்டு நின்றார்கள்.

"வேணு, உன்ன பார்ப்பனோன்னுதான் இருந்துச்சி. இப்ப, உன்னப் பார்த்ததும் எனக்கு எவ்வளவு சந்தோஷம் தெரியுமா?

இன்னும் ஒரு ஆள் நம்ப ராமசாமியைப் பார்க்கணும். அவனப் பார்த்துட்டா, மனசுக்கு நிம்மதியா ஆயிடும்."

"அவன் எங்கேயோ அம்பத்தூர் பக்கத்தில இருக்கான்னு கேள்வி."

"அப்படியா, உனக்குத் தெரியுமா?"

"எனக்கா, இவனுக்குத்தான் நல்லா தெரியும்" என்று சங்கரனைச் சுட்டிக் காட்டினான்.

"அப்படின்னா சரிதான். நான் நம்ப சங்கர வச்சிக் கண்டு பிடிச்சிடுவேன். உனக்கு ஞாபகம் இருக்கா வேணு, நம்ப எல்லாம் பள்ளிக்கூடத்தை விடுற அப்ப ஒண்ணா ஒரு போட்டோ எடுத்துக்கிட்டோம். அதுமாதிரி இப்ப நம்ப எல்லாம் ஒண்ணா கூடி ஒரு போட்டோ எடுத்துக்கணும்"

"இந்த மூஞ்சிக்கெல்லாம், போட்டோ ஒண்ணுதான் குறச்ச."

"நீ அந்தப் போட்டோவில என்ன மாதிரி இருக்கற தெரியுமா?"

"கழுதைகூட தான் குட்டியில நல்லா இருக்குது!"

அவன் பேச்செல்லாம் வருத்தமும் துயரமும் அளிப்பதாக இவனுக்கு இருந்தது. திரும்பி சங்கரனை ஒரு பார்வை பார்த்தான். அவன் போகப் பரபரத்துக்கொண்டிருந்தான். "அப்ப, நாங்க புறப்படுறோம் வேணு!"

"சரி."

"நான் அடுத்த வாரம் வர்றேன். நீயும் உன் ஒய்ப், குழந்தையெல்லாம் தயாராக இருங்க."

"அதெல்லாம் வேணாம். நான் உனக்கு போன் பண்ணிட்டு நானே வர்றேன். அதுதான் நல்லா இருக்கும். நீ பாட்டுக்கு இங்க கார எடுத்துக்கிட்டு வந்துட்டா புறப்பட முடியுமோ இல்லையோ – அப்ப இருக்கற நிலைமையை இப்ப எப்படிச் சொல்ல முடியும். அதுனால, நான் போன் பண்ணின அப்புறம் நீ வந்தா போதும்"

"அப்ப நீ போன் பண்ணு."

"அதுக்கென்ன பண்ணிடுறேன். நீ போறியா?"

தாமோதரன் அவன் கையைப் பிடித்து ஒருதரம் குலுக்கி விட்டு அவனிடம் விடை பெற்றுக்கொண்டு குப்பைகள் நிறைந்த சாலைவழியே நடந்துசென்று காரில் ஏறி உட்கார்ந்தான். சங்கரன் பின்னால் அமர்ந்து சப்தமாகக் காரின் கதவை அடித்துச் சாற்றினான். கார் புறப்பட்டது.

13

தாமோதரன் கார் நெடுஞ்சாலைக்கு வந்தது. மனசு படபடவென்று அடித்துக்கொண்டது. தான் பார்த்தது, பேசிக்கொண்டு இருந்தது எல்லாம் வேணுகோபாலிடந்தான் என்பதை அவனால் நம்ப முடியவில்லை. பழக்கமான சிநேகிதன் இவன் இல்லை. அவன் அமுத்தலாக—அதிகம் பேசாதவனாக இருப்பான். அவனுக்கு என்ன நேர்ந்தது? செத்துப் போய் விட்டானா? எப்போது செத்துப்போனான். அழுகை வருவதுபோல இருந்தது. கையை மடக்கி ஸ்ட்டியரிங்மீது ஒரு குத்துக் குத்தினான். தலையை அசைத்துக்கொண்டான்.

ஒருநாள், ரங்காச்சாரி ஒன்பது கணக்குக் கொடுத்தார். வீட்டுக் கணக்கு. மணி அடித்து வகுப்பு விடும் போது, "சுழி கணக்கு போடாம வந்தா, தோல உறிச்சிடுவேன்" என்று பயமுறுத்திவிட்டுப் போனார்.

ரங்காச்சாரி வகுப்பைவிட்டுப் போனதும், "நோட்ட இங்க கொடு நாளைக்கு நான் கணக்குப் போட்டுக்கிட்டு வர்றேன்" என்று இவன் நோட்டைக் கேட்டான்.

"கையெழுத்துத் தெரியுமே!"

"அதெல்லாம் தெரியாம, நான் போட்டுத் தர்றேன்!"

இவன் நோட்டை எடுத்துக்கொடுத்தான்.

அடுத்த நாள் வேணு கணக்கையெல்லாம் போட்டுக் கொண்டு வந்துவிட்டான். ஆனால் அன்றைக்கு ரங்காச்சாரி கணக்கைப்பற்றி ஒன்றும் கேட்கவில்லை. நேற்று கணக்கோடு இன்னொரு ஐந்து கணக்குச் சேர்த்துக் கொடுத்தார். நாளைக்குச் சேர்த்துப் பார்த்துடுறேன் என்று சொன்னார். அவர் செய்கை இவனுக்கு ஆச்சரியமாக இருந்தது. சாதாரணமாக ரங்காச்சாரி அப்படிப்பட்ட ஆள்

இல்லை. அன்றைய பாடத்தை மறுநாள் பார்த்துவிடுவார். இன்றைக்கு எப்படித் தப்பியது என்பது இவனுக்குத் தெரியவில்லை. வேணுகோபால்தான் இதற்குக் காரணம் என்று நினைத்தான்.

"இன்னிக்கி நீ கணக்குப் போட்டுத் தந்ததாலதான், சார் பார்க்காம போயிட்டார்" என்றான் தாழ்ந்த குரலில் வேணுகோபாலிடம்.

"நீ ஏன் தினமும் கணக்குப் போடாம வர்ற?"

"எனக்கு கணக்கு வரவே மாட்டெங்கறது."

"வீட்டுக்கு வர்றியா, என் கூட சேர்ந்து போடலாம்!"

"வர்றேன்."

அதிலிருந்து இவன் தினமும் மாலைப்பொழுதில் வேணுகோபால் வீட்டிற்குப் போனான். போனதும் அம்மா காபி கொடுப்பாள். அவன் கூட உட்கார்ந்து கணக்குப் போட்டான்; ஆங்கிலம் படித்தான். ஆனால் பள்ளிக்கூடம் வந்ததும் இரண்டும் மறந்து போய்விட்டது. பதில் சொல்ல முடியாமல் இவன் தவிர்த்த போது எல்லாம், "பயப்படாதே தைரியமா சொல்லு." என்று பின்னால் இருந்து உற்சாகப்படுத்திக்கொண்டே இருந்தான். பயமோ இல்லையோ, சொல்ல முடியவில்லை. ஆனால் பள்ளிக்கூடத்தைவிட்டு வெளியே வரும் வரையில் கணக்கு இவனுக்கு வரவே இல்லை; ஆங்கிலம் அப்புறங்கூட வரவில்லை.

இரண்டிலும் எப்போதும் முதலில் இருந்த வேணுகோபால் என்ன ஆனான். எது அவனை இப்படி உருத் தெரியாமல் புரட்டி எடுத்து மாற்றியிருக்கிறது. இவனால் தீர்மானிக்க முடிய வில்லை. காயப்பட்ட மனத்தோடு, பின்னால் திரும்பிப் பார்த்தான்.

சங்கரன் கண்களை மூடிக்கொண்டு சாய்ந்து உட்கார்ந்திருந்தான். இவன் காரின் ஹாரனைத் திடீரென்று சப்தமாக அடித்தான். அவன் திடுக்கிட்டுக் கண் விழித்தான்.

"என்ன, தூக்கமா சங்கர்?"

"லேசா தலைவலி!"

"உனக்கென்ன, அடிக்கடி தலைவலி வருமா?"

"எதுக்கு?"

"அடிக்கடி தலைவலியின்னா நம்பக்கிட்ட ஒரு நல்ல டாக்டர் இருக்கார். வெளிநாடு எல்லாம் போயிட்டு வந்தவர். நல்லா பார்ப்பார், அதான் கேட்டேன்."

சா. கந்தசாமி

“வெய்யில்ல வர்ற தலைவலி! செத்த நேரத்துல சரியா போயிடும்.”

“நீ ரொம்ப வீக்கா இருக்கற சங்கர். சின்ன வயசில எப்படி இருப்ப! நம்ப நாலு பேர்லே, நீதான் முதல். அப்புறந்தான் நான். இப்ப என்னாடான்னா, ரொம்ப இளச்சி இருக்கற”

“அப்படியெல்லாம் ஒண்ணும் இல்ல! ரொம்ப வருஷமா இப்படித் தான் இருக்கேன்... சாலையைப் பார்த்து ஓட்டு... நிறைய லாரியெல்லாம் வருது!”

இவன் சாலையைப் பார்த்தான். இரண்டு மண் லாரி காரை முந்திக்கொண்டு சென்றது. அதன் பின்னால் ஒரு பஸ். காரை சற்று ஒதுக்கினான். சந்தில் இருந்து ஒரு மாட்டு வண்டி வந்தது. காரை நிறுத்திக்கொண்டு அது போக வழி கொடுத்தான். வண்டிக்காரனுக்கே இவன் செய்கை ஆச்சரியம் அளித்தது. அவன் திரும்பித் திரும்பிப் பார்த்தபடி வண்டியை ஓட்டிச் சென்றான்.

இவனுக்கு, தான் ஒரு காலத்தில் வேணுகோபாலுக்காக மாட்டு வண்டி ஓட்டிக்கொண்டு போனது, இப்போது நினைவுக்கு வந்தது. அது வேணுகோபால் கல்யாணம் ஆன சமயத்தில் நடந்தது.

கல்யாணம் ஆன மறுநாள், வேணுகோபால் புது மனைவியை அழைத்துக்கொண்டு அவள் வீட்டிற்குப் போக வேண்டும். எல்லாம் தயாராகி விட்டது. பெண்ணும் பட்டுப் புடவை உடுத்துக் கொண்டு வாசலுக்கு வந்துவிட்டாள். வேணு உள்ளே இருந்து வெளியே வந்தான். வண்டியைக்கொண்டு வந்து நிறுத்திய சொக்கனைக் காணவில்லை. அவனைத் தேடிக்கொண்டு இரண்டு ஆட்கள் சென்றனர். தாமோதரன் தான், சொக்கன் குடித்து விட்டுப் புங்க மரத்தடியில் படுத்துக் கிடப்பதைக் கண்டான். ஒரு கணம் அவனையே பார்த்துக்கொண்டிருந்தான். அப்புறம் குனிந்து அவன் கையைப் பிடித்துத் தூக்கினான். ஆனால் சொக்கனால் நிற்க முடியவில்லை, துவண்டான்.

தாமோதரன், அவனை ஒரு பார்வை பார்த்துவிட்டுக் கீழே விட்டான். அவன் திடீரென்று கீழே விழுந்தான்! கீழே விழுந்தவனை ஒரு உதைவிட்டுப் புரட்டித் தள்ளிவிட்டு வேகமாகத் திரும்பி வந்தான்.

வாசலில் நின்றுகொண்டிருந்த வேணுகோபால் முன்னே வந்து, “தாமு, சொக்கன் எங்க?” என்றான்.

"வந்துட்டான், வண்டியில அவுங்கள எல்லாம் ஏறச் சொல்லு!"

வேணுகோபால் திரும்பிச் சென்றான். அவன் அம்மா மைதிலியை அழைத்துக்கொண்டு வந்து வண்டியில் ஏற்றினாள். ஒரு தார் வாழைப் பழத்தை முன்னே எடுத்து வைத்தான் வேணுகோபால், அப்புறம் திரும்பி சொக்கனைத் தேடினான்.

"எங்க, சொக்கன் வர்ல?"

"நீ ஏறி வண்டியில குந்து."

"யாருடா வண்டி ஓட்டறது?"

"யாரு, ஐயாதான்!"

"நீயா?"

"நீ ஏறி குந்து. செத்த நாழியில உன்னையும் உன் புது பொண்டாட்டியையும் கொண்டு போய் விட்டுடுறேன்."

வேணுகோபால் பார்வை ஒருமுறை அவன் மேல் ஏறி இறங்கியது. சைக்கிள் ஓட்டிக்கொண்டு போய் வாய்க்காலில் விழுந்ததை நினைத்துக்கொண்டான். பார்வை மைதிலி பக்கம் சென்றது. அவள் தலைகுனிந்து உட்கார்ந்திருந்தாள். அவள் வீட்டிற்குப் போக நல்ல சாலை கிடையாது. கொஞ்சதூரம், காவிரிக்கரையில் சென்று கீழே இறங்க வேண்டும்.

தார்க் குச்சியைக் கையில் எடுத்து, காற்றில் ஒரு முறை வீசி அடித்துவிட்டு, "உம்... உட்கார்" என்று ஓர் அதட்டல் போட்டான் தாமோதரன்.

"தாமோதரா! நீயா வண்டி ஓட்டப் போற" என்றாள் வேணுகோபால் அம்மா முன்னே வந்து.

"உங்க மருமகள பத்திரமாக் கொண்டுபோய் அவுங்க வூட்டுல சேர்த்துடுவேன் அம்மா" என்றவன் வண்டியில் தாவி உட்கார்ந்தான். மூக்கணாங்கயிற்றைக் கையில் பிடித்துப் பெரிதாக ஒரு சப்தம் போட்டான். மாடு மிரண்டு ஓட ஆரம்பித்தது. அந்த ஆட்டத்தில் வண்டி குலுங்கியது. மைதிலி வேணுகோபால் மேல் சாய்ந்தாள். அவளை மார்போடு அணைத்துக்கொண்டான். சற்றுநேரம் பொறுத்து வெட்கமுற்றதுபோல அவள் வாழைத்தார் பக்கம் ஒதுங்கினாள்.

"வண்டி ரொம்ப வேகமா போகுதுல்ல!"

மைதிலி தலையசைத்தாள். வண்டி ஆற்றங்கரையில் இருந்து கீழே இறங்கியது.

"தாமு, வண்டி செத்த மெதுவா போகட்டும்."

"ஏன், பயமா இருக்கா?"

"எனக்கென்ன பயம்?"

"அப்ப சும்மா இரு."

"மைதிலி பயப்படுது."

"அப்படியா?" மாட்டின் மூக்கணாங்கயிற்றை இறுக்கிப் பிடித்தான். அப்புறம் உட்பக்கம் திரும்பி, "இனிமே வண்டி வேகமா ஓடாது!" என்றான். மீதி இருந்த மூன்று மைல் தூரமும் வண்டி மெதுவாகவே சென்றது. அப்படி வண்டி ஓட்டுவது சகிக்க முடியவில்லைதான். மாட்டை அடித்து விரட்ட கை உயர்ந்தது. ஆனால் உள்ளே வண்டியில் மைதிலி உட்கார்ந்திருப்பது நினைவுக்கு வர தலையை அசைத்து தார்க் குச்சியை வீசியடித்து விட்டு வண்டியை ஓட்டிச் சென்றான். இருட்டுகிற சமயத்தில் தான் வண்டி அவள் வீடு போய்ச் சேர்ந்தது. அவள் அப்பா, அம்மா, தங்கைகள் என்று ஒரு பெரிய கூட்டம் வாசலில் காத்திருந்தது. வெகு நேரமாக இவர்கள் வருகைக்காக அவர்கள் காத்திருப்பது போல இருந்தது. இரண்டு பேரும் இறங்கியதும், வாழைத்தாரை எடுத்துப்போய் ஆளோடியில் வைத்தான்.

வேணுகோபால் இரவு தங்கி சாப்பிட்டுவிட்டு, காலையில் போகலாம் என்று இவனிடம் சொன்னான். இவன் ஏற்க வில்லை. அது எல்லாம் சரிப்படுமா என்று சொல்லிவிட்டுத் திரும்பி வந்து வண்டியில் ஏறி உட்கார்ந்தான்! வண்டிமாடு வேகமாக ஓட ஆரம்பித்தது. அவன் ஊர் வரும்வரையில் நிற்கவே இல்லை. இருட்டில் வீட்டு வாசலில் வண்டியைக்கொண்டு வந்து நிறுத்தினான்.

தாமோதரன் மனத்தில் இருப்பது எல்லாம் அந்த மைதிலி தான். கல்யாணப் பட்டுப் புடவையும், கசங்கிய மல்லிகைப் பூவும், புதுத் தாலிக் கயிறுந்தான். இவன் தலையை அசைத்துக் கொண்டான். மனத்திற்கு வருத்தமாக இருந்தது. மைதிலி என்ன ஆனாள்; வேணுகோபால் எப்படி இருக்கிறான்? இதற்கெல்லாம் காரணம் என்ன?

பின்னால் திரும்பிப் பார்த்தான். சங்கரன் கண்களை மூடிக் கொண்டு உட்கார்ந்து இருந்தான். இவன் கை ஹாரனை அடித்தது. அவன் கண் விழித்தான்.

"என்ன தூக்கமா?"

அவன் தலையசைத்தான்.

“நம்ப வேணு ரொம்ப மாறி தானே இருக்கான்?”

“அப்படியா?”

“ஏன், உனக்குத் தெரியல?”

“நீ அவன அடிக்கடி பார்க்கற இல்ல!”

“நாலு வருஷத்துக்கு முன்ன பார்த்தேன்.”

“நம்ப ராமசாமிய எப்பப் பார்த்த?”

“அப்பதான். கார கொஞ்சம் ஓரமா நிறுத்து, நான் இறங்கிக்கிறேன்.”

“இல்ல வீட்டுக்கு வா, சாப்பிடலாம்.”

“அதெல்லாம் வேணாம், யூனியன்ல்ல ரொம்ப வேல இருக்குது, இப்படி ஓரமா நிறுத்து; நான் இறங்கிக்கிறேன்.” வண்டியின் கதவைத் திறக்க கை வைத்தான்.

“இப்ப என்ன வேல?”

“உனக்கு அதெல்லாம் தெரியாது தாமு, செத்த நீ நிறுத்து,”

தாமோதரன் காரை ஒரு பக்கமாக நிறுத்தினான். இவன் பரபரப்போடும் தவிப்போடும் கீழே இறங்கி, அவனிடம் சொல்லிக் கொள்ளாமல்கூடச் சாலையைக் கடந்து சென்றான். இவன் போவதையே காரில் உட்கார்ந்தபடியே தாமோதரன் பார்த்துக் கொண்டிருந்தான்.

14

சங்கரன் ஒவ்வொரு படியாக மேலே ஏறினான். மேலே ஏறுவதே கடினமாக இருந்தது. படியிலேயே நின்று ஒருமுறை மூச்சை இழுத்து விட்டுக்கொண்டான். அர்த்தமே இல்லாமல் தாமோதரன்கூடச் சுற்றுவதுபோல பட்டது. வேணுகோபால், தாமோதரன் எல்லாம் யார்? பழைய ஆட்கள். எப்போதோ இருந்து, அவன் அளவில் இப்போது இல்லாதவர்கள். செத்துப் போய் ரொம்ப நாட்கள் ஆகிவிட்டது. அது ஏன், தாமோதரனுக்குத் தெரியவில்லை. என்னளவில் தாமோதரன் செத்தது மாதிரி! அவனளவில் நான் சாகவில்லையோ? அப்படித்தான் இருக்குமென்று பட்டது.

இன்னொரு அடியெடுத்து வைத்தான். உள்ளே இருந்து பெரிதாகச் சப்தம் கேட்டது. அது தாமஸ் குரல்போல இவனுக்கு இருந்தது. தாமஸ் துணைச்செயலாளர். ஆனால் செயலாளர் மாதிரி அடித்துத்தான் பேசுவான். தன் கருத்துக்கு ஆதரவாக அவன் ஆட்களைத் திரட்டி விடுவான். அது ஒரு விதமான திறமை என்றுதான் இவனுக்குப் பட்டது. அது மாதிரியான திறமைதான் தாமோதரனிடமும் இருக்கிறது. அதுதான் ஒவ்வொருவரையும் கூப்பிட்டதும் பின்னால் இழுத்துக்கொண்டு போகிறது. இனி அப்படியெல்லாம் போகக் கூடாது என்று தீர்மானித்துக் கொண்டான். எவ்வளவோ தெரிந்து இருக்கும் தாமோதரனுக்கு தான் செத்துப் போனது ஏன் தெரியாமல் போய் விட்டது என்று கேட்டுக்கொண்டு மேலேயேறயேற படி வளர்ந்துகொண்டே போவதுபோல இருந்தது.

ஏழெட்டு ஆண்டுகளுக்கு முன்னால் இப்படிப் படியேறிச் செல்லும் போதுதான், மேலே நின்ற வேணுகோபால் குனிந்து, “சங்கர்” என்று கூப்பிட்டான். குரலிலேயே நண்பன் தெரிந்தான்.

"வேணுவா?" என்று கேட்டுவிட்டுத் தாவித்தாவி மேலே சென்றான். அப்போது சங்கரனுக்கு வேலை இல்லை. ஒரு வேலை நிறுத்தத்தில் வேலை போய் விட்டது. வேறு வேலைக்கு அலைந்து கொண்டிருந்தான். அந்த அலைச்சலில் கையில் இருந்த பணம் போய்விட்டது. ஒரு சிநேகிதனைப் பணம் கேட்டு இருந்தான். அவன் ஆறுமணிக்கு வா, பார்க்கிறேன் என்று சொல்லி இருந்தான். இவன் போனபோது அவன் வீட்டில் இல்லை. அவன் மனைவி காலையில் வெளியே போனதுதான்; எப்ப வருமோ தெரியாது, என்றாள்.

ஏதாவது சொன்னாரா என்றான். அவள் இல்லையென்றாள். வந்தால், சங்கரன் வந்துட்டுப் போனதாகச் சொல்லுங்க என்று கூறிவிட்டுத் திரும்பி வந்தான்.

மேலே படியேறி வந்த இவன் கையை வேணு பிடித்துக் கொண்டான்.

"ஏன் இவ்வளவு லேட். ஓவர் டைமா? பாக்டெரியில் வேலை செய்தால் அதுதான்."

"நீ எப்ப வந்த?"

"நானா, ஆபிசில பர்மிஷன் போட்டுட்டு ஐந்து மணிக்கே வந்துட்டேன்!"

"அப்பவே பிடிச்சா காத்துக்கிட்டு இருக்க?"

"ரூம திற, உட்கார்ந்து பேசுவோம். நம்ப பார்த்தே ரொம்ப நாளு ஆச்சில்ல."

சங்கரன் பூட்டைக் கையில் பிடித்து இழுத்தான். அது திறந்து கொண்டது. வேணுகோபால் முதலில் உள்ளே நுழைந்து கட்டிலில் ஏறி உட்கார்ந்துகொண்டான். சங்கரன் பேனை போட்டு விட்டு அவன் பக்கத்தில் வந்தமர்ந்தான். வேணுகோபால் சங்கரன் பக்கம் திரும்பி, "ஓவர் டைம் தினம் கிடைக்குமா?" என்று கேட்டான்.

"அநேகமாகத் தினமும் கிடைக்கும்."

"ஓவர் டைம் என்றால் ரெண்டு சம்பளம் தானே?"

சங்கரன் எழுந்து, "வேணு டீ" என்றான்.

"டீயா?"

"டீ தான் இங்க ரொம்ப நல்லா இருக்கும்" என்று சொல்லிக் கொண்டே பேண்டைக் கழற்றிப் போட்டுவிட்டுக் கொடியில் இருந்து ஒரு லுங்கியை எடுத்துக் கட்டிக்கொண்டான்.

சா. கந்தசாமி

"'நல்லா இருக்கறதையே சொல்லு."

சங்கரன் ஜன்னல் பக்கமாகச் சென்று "சம்பந்தம் ரெண்டு டீ" என்று குரல் கொடுத்தான்.

"இப்படிக் கத்தினா வந்துடுமா?"

"எல்லாம் வந்துடும்." குனிந்து கீழே கிடந்த பேப்பரை சங்கரன் கையில் எடுத்தான். மனம் வேணுகோபால் எதற்கு வந்து இருக்கிறான் என்பதைத் தெரிந்துகொள்ள வேலை செய்ய ஆரம்பித்தது.

முன்பெல்லாம் ஞாயிற்றுக்கிழமைகளில் சங்கரன் அவன் வீட்டிற்குக் காலை பத்து மணிக்கே போய் விடுவான். மத்தியானம் சாப்பிட்டு விட்டுப் பிறகு காபி குடித்துவிட்டு இருட்டுகிற சமயத்தில் வீடு திரும்பி வருவான். ஓரோர் சமயம், வேணு வீட்டில் இருக்க மாட்டான்; சீட்டு ஆட வெளியில் போய் விடுவான். இவனைப் புன்னகை புரிந்து வரவேற்கும் மைதிலி சற்று நேரத்திற்கெல்லாம் கண்களில் நீர் மல்க, "இப்படி சீட்டு, சீட்டுன்னு அலயற உங்க பிரண்ட்டுக்குக் கொஞ்சம் சொல்லக் கூடாதா?" என்று கேட்டு விட்டு ஒதுங்கி நிற்பாள். இவனுக்குப் பதில் சொல்லத் தெரியாது. தலைகுனிந்து உட்கார்ந்தபடியே இருப்பான்.

"நேத்தி ராத்திரி பத்து மணிக்கு மேல ஒரு ரிக்ஷாவில் உங்க பிரண்ட் வந்தார். இறங்கி நடக்கவே முடியல. ரிக்ஷாகாரன் கைத்தாங்கலா பிடிச்சியாந்து உள்ளே போட்டான். முன்னயெல்லாம் வெறும் சீட்டு மட்டுந்தான் இருந்தது. இப்ப குடியும் சேர்ந்துவிட்டது. அது எங்க கொண்டு போய் விடுமோ தெரியவில்லை?" சொல்லும்போதே மைதிலி அழ ஆரம்பித்து விட்டாள்.

"எல்லாம் சரியா போயிடுங்க."

"எனக்கு அப்படியெல்லாம் தோணலியே!"

மைதிலியைத் தேற்ற அவனுக்குத் தெரியவில்லை. கொஞ்ச நேரம் தலை குனிந்தபடியே உட்கார்ந்திருந்தான். அப்புறம் அவளிடம் சொல்லிக் கொள்ளத் தோன்றாதவனாக வெளியே வந்தான். அதிலிருந்து வேணுகோபால் வீட்டிற்குப் போவது குறைந்துகொண்டே வந்தது.

வேணுகோபால் ஒரு முறை இருமிக்கொண்டு ஒரு சிகரெட்டை எடுத்துப் பற்ற வைத்துக்கொண்டான். அவன் முகம் களைத்துப் போய் இருந்தது. அலைந்து திரிந்து காத்துக்

கொண்டிருப்பதால் இருக்குமோ என்று நினைத்தான். ஆனால் தீர்மானமாகச் சொல்ல முடியவில்லை.

பள்ளிக்கூடத்தில் ஒருநாள், ரங்காச்சாரி சார், வேணுகோபாலை எல்லோர் முன்னணியிலும் கொண்டு வந்து நிறுத்தி "நல்ல மாணவன் என்பவன் வேணுகோபாலைப் போல் இருக்க வேண்டும். அன்றைய பாடத்தை அன்றே படிக்க வேண்டும். பெற்றோர்களுக்கும், ஆசிரியருக்கும் கீழ்ப்படிந்து நடக்க வேண்டும், பள்ளிக்கூடத்திற்கு நேரம் தப்பாமல் வர வேண்டும், நல்ல மாணவனாக இருக்கிறவன் முதல் மாணவனாக இருப்பான். அவனுக்கு வாழ்க்கை அருமையாக அமையும்; சுலபமாக வாழ்க்கை போராட்டத்தில் வெற்றி பெறுவான்."

ரங்கச்சாரி சொன்னது எல்லாம் சரிதான். வேணுகோபால் பள்ளிக்கூடத்தில் எப்போதும் முதல் மாணவனாக இருந்தான். அதில் யாருமே அவன் அருகில் செல்ல முடியாது. எந்தக் கேள்வி கேட்டாலும் சரி, எப்படி மடக்கிக் கேட்டாலும் சரி அசரவே மாட்டான். கைகளைக் கட்டிக்கொண்டு கண்களை மூடிய நிலையில் அருவிபோல வார்த்தைகளைக் கொட்டுவான்.

தஞ்சாவூரில் நடைபெற்ற பேச்சுப் போட்டிக்குப் போய், பதினோரு பள்ளிகளுடன் போட்டியிட்டு வென்று கலெக்டர் மனைவி கையால் பெரிய சுழல் கோப்பையை வாங்கிக்கொண்டு வந்தான். அதற்கு வந்திருந்த மாவட்டக் கல்வி ஆய்வாளர் பள்ளிக்கூடத்திற்குத் தனியாக ஒரு சான்றிதழைக் கையால் எழுதி அனுப்பி இருந்தார்.

இறைவணக்கத்திற்காக மாணவர்கள் கூடியபோது தலைமையாசிரியர் ஆய்வாளர் சான்றிதழை எல்லோருக்கும் படித்துக் காட்டினார். படிக்கும் போதே சந்தோஷத்தால் அவர் குரல் உயர்ந்துகொண்டே சென்றது. எல்லோரும், வேணுகோபால் கிடைப்பதற்கரிய மாணிக்கம் என்றே புகழ்ந்துரைத்தார்கள்.

அந்த மாணிக்கம் என்ன ஆயிற்று? அவனிடம் இருந்த படிப்பும், ஒழுக்கமும் எங்கே போயிற்று? எதன் பொருட்டு இப்படிப் பாழ்பட்டுப் போனான்? இவனுக்கு அது தெரியவில்லை. கையில் இருந்த பேப்பரை மடக்கிக் கட்டிலில் போட்டான். டீ வந்தது, ஒரு கிளாஸை வாங்கி அவனிடம் நீட்டினான். அதை வாங்கி அவசரம் அவசரமாக டீயைக் குடிக்க ஆரம்பித்தான். இவன் பார்வை அவன் மேலேயே இருந்தது.

வேணுகோபாலுக்குக் கல்யாணமாகி, முதல் பெண் பிறந்த பிறகு அவன் பெரிய வீடாகப் பார்த்துக்கொண்டு குடி வந்தான்.

அது மைதிலி தேர்ந்தெடுத்த வீடு என்பது பின்னால் தான் அவனுக்குத் தெரிந்தது. மைதிலி எல்லோரிடமும் நன்றாகப் பழகுவாள்; சிறிது நேரத்திற்குள் சிநேகிதம்கொண்டு விடுவாள். புதிய வீட்டிற்கு எதிரே ஒரு புட்பால் ஆட்டக்காரன் இருந்தான். அவனுக்கு ஏதோ வங்கியில் வேலை. ஆனால் எல்லோரையும் போல வங்கிக்கு இந்த நேரத்தில்தான் போக வேண்டும் என்ற அவசியம் இல்லை போலும்! பெரும்பாலான பகல் நேரத்தில் வீட்டில் இருப்பான். அப்புறம் மாலைப் பொழுதில் வெள்ளை பனியனும், நீல கால்சட்டையும் மாட்டிக்கொண்டு சின்ன சைக்கிளில் வேகமாகப் போவான். இரண்டொரு முறை இவன் கூட அவளைப் பார்த்து இருக்கிறான். வேணுகோபால் வீட்டைத் தாண்டும்போது கலகலவென்று மணியடிப்பான். ஒருமுறை அந்தச் சப்தத்தைக் கேட்டு மைதிலி வெளியே வந்தாள். அவன் இவளைப் பார்த்து ஒரு சிரிப்புச் சிரித்து விட்டுப் போனான். அதை வேணுகோபால் பார்த்தானோ, இல்லை யார் தான் சொல்லக் கேட்டானோ தெரியவில்லை. அடுத்த மாதமே வீட்டை மாற்றிக் கொண்டு திருவல்லிக்கேணிக்கு மாடியில் ஓர் அறையும் கீழே சமையல் அறையும் கொண்ட வீட்டிற்குக் குடி வந்தான்.

அவன் வீட்டிற்குப் போன சங்கரனுக்குப் பழைய வீடே பிடித்திருந்தது; வசதிகள் நிறைந்ததுபோல இருந்தது.

“வேணு, அந்த வீடே நல்லா இருந்துச்சே எதுக்கு மாத்தின?”

“அதெல்லாம் எனக்குத் தெரியும், உனக்கு ஒண்ணும் நான் காரணம் சொல்ல வேணாம்!”

உள்ளே இருந்து மைதிலி வெளியே வந்தாள். “எதுக்கு அவுங்க மேல இப்படிப் பாயிறீங்க. சரியாத் தானே சொல்றாங்க!”

“எனக்குத் தெரியும், வாய மூடிக்கிட்டு உள்ள போ! இல்லாட்டா பல்ல உடைப்பேன்!”

“எதுக்கு இப்படிக் கத்துறீங்க!”

“நாய் கத்தாம என்னடீ பண்ணும்!”

சங்கரன் குனிந்த தலை நிமிர்ந்தது. இரண்டு பேரையும் நிமிர்ந்து பார்த்தான், யாரும் விட்டுக்கொடுப்பதாக. இல்லை. மாறிமாறி இரண்டு பேரும் கத்திக்கொண்டு இருந்தார்கள்.

சங்கரன் எழுந்து யாரிடமும் சொல்லிக்கொள்ளாமல் வெளியே வந்தான். வேணுகோபாலுக்கு ஏதோ ஒரு விதத்தில் மனைவி மேல் சந்தேகம் வந்துவிட்டது. அதுதான் காரணம்.

இனி சண்டை ரொம்ப நாட்களுக்கு நடக்கும்போல தோன்றியது. இவனுக்கு வருத்தமாக இருந்தது. கையை வீசியபடி வேகமாக நடந்தான்.

தான் ஒரு பொழுதும் மனைவி மேல் சந்தேகப்படவில்லை என்பது இவனுக்கு நினைவுக்கு வந்தது. அவள் ஓடிப்போன அன்று தான் போனஸ் வந்தது. பிரியாணி என்றால் அவளுக்கு ரொம்பப் பிடிக்கும். மல்லிகைப் பூவும் பிரியாணியும் வாங்கிக் கொண்டு சீக்கிரமாகவே வீட்டிற்கு வந்தான். வீடு பூட்டி இருந்தது. பக்கத்து வீட்டில் சாவி இருந்தது. சினிமாவுக்குப் போயிருக்கலாம் என்று நினைத்துக்கொண்டான். பிரியாணியையும் மல்லிகைப் பூவையும் மேசை மீது வைத்துவிட்டு நாற்காலியில் உட்கார்ந்தான். அப்புறம் பீடி குடிக்க ஆரம்பித்தான். மணி ஒன்பது அடித்தது. சினிமா விட்டு கூட்டம் சாலையில் சென்றதும் இவன் தெருவில் நின்று அவள் வருகிறாளா என்று பார்த்தான். காணவில்லை, வெகுநேரம் பார்த்துவிட்டு உள்ளே நுழைந்தான். வீட்டில் அவள் புடவை இல்லை, பெட்டி இல்லை, அவள் பொருள் ஒன்றுகூட இல்லை. திடீரென்று புதிதாகப் பயம் வந்தது. பயத்துடன் மேசைமீது கையூன்றித் தலை சாய்த்தான். பொழுது விடிந்ததும், பிரியாணியை நாயைக் கூப்பிட்டுப்போட்டான். அது அவசர அவசரமாகத் தின்றது. அதன் அவசரத்தையே சிறிது நேரம் பார்த்துக் கொண்டிருந்தான். அப்புறம் பாய்ந்து நாயின் வயிற்றில் ஓர் உதைவிட்டான். அது தூரத்தில் விழுந்து கத்தியது.

"நீ டீ சாப்பிடல" என்று விசாரித்தான் வேணு.

"டிபன் சாப்பிடுறியா?"

"டீதான் வாங்கிக் கொடுத்துட்டியே!"

"டிபனுக்கு என்றால் ரோட்டுக்குத்தான் போகணும்!"

"டீ நல்லாதான் இருந்துச்சி; டீ ஆறுது நீ குடி."

"உடம்பு சரி இல்லையா வேணு?"

அதெல்லாம் ஒண்ணும் இல்ல. பஸ் பிடிச்சி இங்க வந்து, உன்ன காணாம மூன்று மணி நேரமா காத்துக்கிட்டு இருந்தேனா, அதுல உடம்புக்கு வந்துடுச்சி; செத்த நேரத்துக்கெல்லாம் சரியா போயிடும்."

"இப்பவெல்லாம் அடிக்கடி உடம்புக்கு வர்றதா வேணு!"

"உங்க பாக்டெரியில இங்க்ரிமெண்ட் கொடுத்துவிட்டாங்க இல்ல?"

"கொடுத்துட்டாங்க."

"போனஸ் என்ன இருபதா இருபத்தைந்தா?"

"போன வருஷம் இருபது."

"இந்த வருஷம் இன்னும் கொடுக்கலியா?"

"தீபாவளி அப்ப கொடுப்பாங்க."

"சர்க்கார் வேல இருக்கே. அது சல்லிக்காசுக்குப் போறாத வேல. அதுல வேல செய்தா என்ன செய்யாட்டா என்ன? எல்லாம் ஒண்ணுதான்."

சங்கரன் அவனையே பார்த்தபடி இருந்தான். என்ன சொல்வது என்று தெரியவில்லை. வேணு ஒருமுறை நீண்ட நேரம் இருமிக்கொண்டான். அவன் கஷ்டப்படுவது மாதிரி இவனுக்குத் தோன்றியது.

"சொல்லு கோபால், என்ன விஷயம்?"

வேணுகோபால் சாய்ந்து உட்கார்ந்துகொண்டான். கண்களை ஒரு முறை மூடித் திறந்தான்.

"சொல்லு"

''ஒண்ணும் இல்ல. மைதிலிக்கு ரெண்டு மாசமா டைபாயிடு. படுத்த படுக்கையா ஆகிட்டா, அதுனால நான் வேற லீவு போட வேண்டியதாயிட்டது. வந்த சம்பளம் பத்து நாள்ளே போயிட்டது. ஏதோ தெரிஞ்ச இடத்துல எல்லாம் கடன் வாங்கி மருந்து செலவு, அந்தச் செலவு இந்தச் செலவு எல்லாம் பார்த்துட்டேன். ஆனா, வீட்டு வாடகை மட்டும் மூணு மாசமா நின்னு போயிட்டது."

"டைபாயிடா, இப்ப தேவலாமா?"

"கொஞ்சம் பரவா இல்ல, எழுந்து நடமாடறா. பணம் இல்லாம என்ன பண்ணுறது என்று தெரியாம உட்கார்ந்துட்ட அப்ப மைதிலிதான், உங்க பிரண்ட் சங்கர் இங்க தானே இருக்கார். குழந்தை மேலேயெல்லாம் ரொம்பப் பிரியமாச்சே என்றாள். அதுவரைக்கும் எனக்கு உன் ஞாபகமே வர்ல, நிஜமாதான் சொல்லுறேன் சங்கரன்" வேணுகோபாலுக்குப் பேச வரவில்லை, இழுத்து இருமிக்கொண்டான், குரல் மாறி வித்தியாசமாக இருந்தது. இன்னும் கொஞ்ச நேரத்தில் அழுதுவிடுவான்போல இருந்தது.

சங்கரன் எழுந்து அவன் தோள்மீது கை வைத்தான்.

“வேணு, உனக்கு இப்ப எவ்வளவு தேவைப்படும்?”

“ஒரு முன்னூறு ரூபாய் கொடுத்தா போதும். ரெண்டு மாச வாடகையைக் கொடுத்து ஒரு மாதிரி சமாளித்துவிடுவேன்!”

“செத்த இரு, ஒரு வழி பண்ணுறேன்!”

“உனக்குப் பத்தாம் தேதிதானே சம்பளம்?”

“இரு, கீழ போயிட்டு வர்றேன்.”

“முன்னூறுதான் என்று இல்ல. கூடக் குறைய இருந்தாலும் பரவாயில்ல.”

“சரி”

“நானும் கீழ வரட்டுமா?”

“நீ எதுக்கு ஏறிஇறங்குற, நான் இப்பவே வந்துடுவேன்.”

“நீ பணம் கொடுத்துதான் மைதிலிக்கு மருந்து வாங்கிக் கொண்டு போகணும்.”

“ஐந்து நிமிடந்தான்.” சங்கரன் வேகமாகப் படியிறங்கிப் போனான். அவன் போவதையே பார்த்துக்கொண்டிருந்தான். அப்புறம் இருமிக்கொண்டே எழுந்தான். பார்வை எதிர்பக்கம் சென்றது. ஒவ்வொரு அடியாக எடுத்துவைத்து வாசல் பக்கம் வந்தான். பெரிய கூட்டம் சீட்டாடிக்கொண்டிருந்தது. இவன் அவர்கள் பக்கத்தில் நின்று ஒவ்வொருவன் கையிலும் இருக்கும் சீட்டையே பார்த்துக்கொண்டிருந்தான். ஒரு ஆட்டம் முடிந்து, மறு ஆட்டம் தொடங்கியது.

சங்கரன் திரும்பி வந்தான். இவன் சீட்டாட்டத்தை வேடிக்கை பார்த்துக்கொண்டிருப்பதைப் பார்த்துவிட்டு, “வேணு” என்று தன் அறையில் இருந்தபடியே கூப்பிட்டான்.

“கிடைச்சிடுச்சா?” என்று கேட்டுக்கொண்டே வேகமாக வந்தான் வேணுகோபால். அவன் பதிலொன்றும் சொல்லாமல் கட்டிலில் சாய்ந்து உட்கார்ந்தான்.

“இன்னக்கிப் பணம் கிடைக்கலே என்றால் ரொம்ப கஷ்டமா போயிடும் சங்கர்! காலையில வீட்டுக்காரன் வந்து சாமான்களையெல்லாம் வெளியே தூக்கிப் போட்டுவிடுவான்.”

“இந்தா!”

“எவ்வளவு?”

“எண்ணிதான் பார்!”

எல்லாம் பத்து ரூபாய் நோட்டுகள். கையில் எச்சில் தொட்டு வேகவேகமாக எண்ணினான். எண்ணி முடித்ததும் பணத்தைச் சுருட்டிப் பையில் திணித்துக்கொண்டு, "முன்னூறு இருக்கு" என்றான்.

"அது தானே கேட்ட?"

"ஆமாம்... ஆமாம்," வேணுகோபால் தலையசைத்தான். அப்புறம் இவன் பக்கம் நெருங்கி உட்கார்ந்து, "மைதிலி சொல்லலே என்றால், நான் இங்க வந்தே இருக்க மாட்டேன்" என்றான்.

சங்கரன் பதிலொன்றும் சொல்லவில்லை. அவனையே பார்த்தபடி இருந்தான். மனத்தில் வருத்தம் பெருகிக்கொண்டு இருந்தது.

"நான் ரொம்ப பயந்துக்கிட்டே வந்தேன் சங்கர். ஆனால் மைதிலிதான் ரொம்ப தைரியமா உங்க பிரண்ட் கட்டாயம் உங்களுக்கு உதவி செய்வார்; உங்கள மாதிரியெல்லாம் அவர் இல்லையென்றாள்" என்றான்.

இவன் எழுந்து நின்றான்.

"வேணு உனக்கு நாழியாகுது இல்ல?"

"நீ வர்றதுக்கே கொஞ்சம் நாழியாயிடுச்சியில்ல" என்று சொல்லிக் கொண்டெழுந்தான். கசங்கிய பேண்ட்டை மேலே இழுத்துவிட்டுக்கொண்டான். "அடுத்த மாசம் பணத்தைக் கொடுத்துடுறேன். நான் சும்மா இருந்தாலும் மைதிலி விட மாட்டாள்."

"இல்ல. நீ மெதுவா கொடுக்கலாம்."

"பணத்தை மட்டும் வச்சிக்கக் கூடாது. அதுனால பகையெல்லாம் வரும்."

"அப்படியா?"

"பணந்தான் உலகத்துல எல்லாப் பகைக்கும் காரணம். அது மட்டும் இல்லென்னா உலகத்துல பகையே இல்ல!"

"ஞானி மாதிரி பேசற!"

"இப்பயெல்லாம் நீ வீட்டுக்கு வர்றதே இல்லியே. மைதிலி கூட ரெண்டு மூனுவாட்டி உங்க பிரண்ட் வர்றதே இல்லியே. நீங்க போய் பார்க்கக் கூடாதா என்பாள், நான் தான் சரி சரின்னு இருந்துட்டேன்."

சங்கரன் அவன் கூடவே சாலையில் நடந்து சென்றான். பஸ் ஸ்டாண்டில் ஒரு பசுமாடு படுத்துக் கிடந்தது. வேகமாக வந்த பஸ் நடு ரோட்டில் நின்றது.

"நீ போ சங்கர்! பஸ் வரும் நான் போயிடுறேன்."

"பஸ் வரட்டும்."

"நீ தான் இன்னக்கி என் மானத்தைக் காப்பாற்றி இருக்க. அதுக்கு நான் என்ன பண்ணப் போறேன்!"

ஒரு பஸ் வந்து நின்றது.

"வேணு, உன் பஸ்ஸா பார்!"

"ஆமாம்... நான் வர்றேன் சங்கர்!" வேணுகோபால் பஸ்ஸைப் பிடிக்கக் குறுக்காகப் பாய்ந்து சென்றான். நின்ற வேகத்திலேயே பஸ் புறப்பட்டுச் சென்றது. வேணுகோபால் போய்விட்டான்.

சங்கரன் கொஞ்ச நேரம் நின்று கொண்டு இருந்தான். பஸ் வருவதும் போவதுமாக இருந்தது. எதிர் கடைக்குப் போய் ஒரு சிகரெட் வாங்கிப் பற்ற வைத்துக்கொண்டு தனது இருப்பிடத்திற்கு மெதுவாக வேணுகோபாலைப் பற்றி யோசித்துக்கொண்டே சென்றான்.

யூனியன் அலுவலகத்தில் பெரிய குரலில் பேசிய தாமஸ் உட்கார்ந்திருந்தார். இவனைப் பார்த்ததும், "வாங்க சங்கர்! எங்க அடிக்கடி காணாம போயிடுறீங்க" என்றார்.

இவன் தன் இருக்கையில் உட்கார்ந்து எல்லோரையும் பார்த்து ஒருமுறை புன்னகை பூத்தான். ரகுபதி கட்டைக் குரலில் பேச ஆரம்பித்தான். மேசையில் கையூன்றி அவன் பேச்சை இவன் செவிமடுக்க ஆரம்பித்தான். நேரம் ஆக ஆக பேச்சில் இவன் மனம் அமிழ ஆரம்பித்தது.

சா. கந்தசாமி

15

தாமோதரன் காரை மெதுவாக ஓட்டிச் சென்றான். அவன் வீட்டுக் கதவு சாற்றி இருந்தது. காரை நிறுத்தி ஹாரன் அடித்தான். காவலாளி அவசரம் அவசரமாகக் கதவைத் திறந்தான். காரைக் கொண்டு போய் செட்டில் நிறுத்திவிட்டு உள்ளே சென்றான். டைகர் முன்னே ஓடி வந்தது. அதை ஒரு முறை தடவிக்கொடுத்து விட்டுப் படியேறி மாடிக்குச் சென்றான்.

மாடிதான் சுந்தரிக்கு. சாப்பாட்டிற்குக் கீழே வருவாள். அப்புறம் கொஞ்ச நேரம் தோட்டத்தில் இருப்பாள். செடி கொடிகள், பூக்கள்மீது அவளுக்கு அதிக விருப்பம்... ஒவ்வொரு செடியும் கொடியும் நன்றாக வளர வேண்டும், நிறைய பூக்க வேண்டும். பூவைப் பறித்துத் தலையில் வைத்துக்கொள்ள மாட்டாள். செடியிலேயே பூத்துக் குலுங்க வேண்டும், அதுதான் அவள் ஆசை!

சுந்தரி அறை சாற்றி இருந்தது. திறந்துகொண்டு உள்ளே சென்றான். அவள் படுத்து ஏதோ பொம்மை புத்தகத்தைப் பார்த்துக்கொண்டு இருந்தாள். சின்னக் குழந்தைகள் மாதிரி பொம்மை புத்தகங்கள் பார்த்துக் கதை, தெரிந்துகொள்வதுதான் தோட்டத்திற்குப் பிறகு அவள் பொழுதுபோக்காக இருந்தது.

இவனைப் பார்த்ததும் சுந்தரி எழுந்திருக்கப் பார்த்தாள். வேண்டாமென்று கையமர்த்திவிட்டு அவள் பக்கத்தில் உட்கார்ந்தான். மெதுவாக அவள் தலையை வருடி கையைப் பிடித்து மடியில் வைத்துக்கொண்டான்.

இந்த வாழ்க்கை—சௌகரியம் அனைத்திற்கும் இவள் தான் காரணம் என்ற நினைப்பு மனத்தில் ஓடியது. ஒரு கணம் அவள் கண்களையே பார்த்தான்.

பிறகு குனிந்து அவள் உதடுகளில் முத்தமிட்டான். அவள் ஆச்சரியமுற்றது போல் இவனையே பார்த்துக்கொண்டிருந்தாள்.

இவள் இல்லாவிட்டால், தானும் வேணு மாதிரி நிறையப் பிள்ளைகள் பெற்றுக்கொண்டு வருமானம் இல்லாமல் காற்றே இல்லாத குகை மாதிரியான ஒரு வீட்டில் அமிழ்ந்து கிடக்க வேண்டும். ஏதோ ஒரு அலை வந்து மோதி கூட்டத்தில் புரட்டி அவனைத் தள்ளி விட்டது என நினைத்தான். அது வெளி சக்தியா உள் சக்தியா என்பதை அவனால் தீர்மானிக்க முடியவில்லை.

புதுப்பெண்ணாக மைதிலி இருந்தபோது பேச ஆசை கொண்டது இவனுக்கு இப்போது நினைவுக்கு வந்தது. ஆனால் அவள் முகமே கொடுக்கவில்லை. பேச சந்தர்ப்பம் நேர்ந்த பொழுதெல்லாம் அதைத் தவிர்த்துக்கொண்டே இருந்தாள். அப்புறம், சங்கரன் புறப்படும் போது, "அடிக்கடி லெட்டர் போடுங்க; உங்க பிரண்ட் ரொம்ப உங்களப் பத்தி சொல்லி யிருக்கார்" என்றாள். இவன் இரண்டு பேரையும் மாறி மாறிப் பார்த்துக் கொண்டே இருந்தான்.

சாயந்தரம் அவள் ஊருக்கு வண்டி புறப்பட்டது. உள்ளே ஒரு மூட்டை கிடந்தது, பெரிய மூட்டைதான். மைதிலி உள்ளே இருந்து வெளியே வந்தாள்:

"தாமோதரன், கொஞ்சம் அந்த மூட்டையைத் தூக்கி வண்டியில வைக்கிறீங்களா?" என்றாள். அதுதான் அவள் தாமோதரனிடம் பேசிய முதல் வார்த்தை. நிமிர்ந்து பார்த்தான். அவள் பேசிய அவசரத்திலேயே உள்ளே சென்றாள். தன் பெயர் கூட அறிந்து வைத்திருக்கிறாள் என்பதே இவனுக்குச் சந்தோஷம் அளித்தது. மாறாத சந்தோஷத்தோடு உள்ளே சென்று பார்த்தான். அரிசி மூட்டைபோல இருந்தது, பெரிய மூட்டை தான்! ஒரு ஆள் தூக்க முடியுமா? முடியாதுபோல தான் இருந்தது. மூட்டையையே பார்த்துக்கொண்டிருந்தான்.

"என்ன தாமோதரன். உங்களால முடியாதா? இன்னொரு ஆளு வேணுமா? அவுங்க தோட்டத்துல இருக்கறாங்க. கூப்பிடட்டுமா" என்று கேட்டாள்.

"இல்ல... இல்ல... அதெல்லாம் வேணாம்."

மைதிலி தலையசைத்தாள். தாமோதரன் குனிந்து கையை அடியில் கொடுத்து மூட்டையைத் தூக்கிக் கொண்டு வந்து திண்ணையில் போட்டான். மூட்டை கூடவே அவளும் வந்தாள்.

"ரொம்ப கனக்குதோ. வேணுமென்னா செத்த இருங்க! உங்க பிரண்டும் வந்துடட்டும்."

“அவன் வந்து என்ன பண்ணப் போறான்?”

திண்ணையில் போட்ட மூட்டையைக் குனிந்து தலையில் வாங்கிக்கொண்டு போய் வண்டியில் போட்டான்.

“பரவாயில்லையே! உங்க பிரண்டால இந்த மூட்டையை அசைக்கவே முடியல” என்றாள். இவனுக்குச் சந்தோஷமாக இருந்தது. அவள் முகத்தை ஏறிட்டுப் பார்த்து ஒரு சிரிப்புச் சிரித்தான்.

சுந்தரி எச்சிலான உதடுகளைத் துடைத்துக்கொண்டு படுக்கையில் இருந்து எழுந்தாள். வழக்கமே இல்லாதது மாதிரி இவன் துயறுற்று இருப்பதுபோல இருந்தது. எழுந்து உட்கார்ந்தவள் ஒருமுறை இவன் முகத்தை ஏரிட்டுப் பார்த்தாள். பிறகு பாய்ந்து இவனைக் கட்டித் தழுவினாள். அவன் கரங்கள் அவள் உடம்பை இறுக்கியது. எலும்பெல்லாம் நொறுங்குவதுபோல இருந்தது. வலியிலும் சந்தோஷத்திலும் அவள் துடித்தாள். நான்கு கரங்களும் மெதுமெதுவாகப் பிரிந்தன.

சுந்தரி எப்போதும் இவன் கூடத்தான் சாப்பிடுவாள். இவன் வேறு எங்கே சாப்பிட்டு வந்தாலும் சரி, சாப்பாட்டு மேசைமீது அவளுக்குத் துணையாக உட்கார்ந்து விடுவான். இவனுக்குப் போட்டுவிட்டுத்தான், பிறகு சாப்பிடுவாள். எங்கே என்ன சாப்பிட்டாலும் சரி, அவள்கூட உட்கார்ந்து சிறிது சாப்பிட்டு விட்டுத்தான் எழுவான். கல்யாணமாகி இந்த ஏழு ஆண்டுகளில் இவன் ஊரில் இருந்தபோதெல்லாம் அதில் மாற்றமே இல்லை.

கசங்கிப் போன துணியை எல்லாம் சரி செய்துகொண்டு சுந்தரி எழுந்தாள். சாப்பாட்டிற்குத்தான் எழுகிறாள் என்று இவனுக்குப் பட்டது. மணி எட்டரைதான் ஆகிறது. இன்னும் கொஞ்ச நேரம் ஆகட்டுமே என்று நினைத்தான்.

அவளுக்குக் கடிகாரத்தைச் சுட்டிக்காட்டி இரு என்று சைகை காட்டினான். அவள் இவன் தோளில் கை போட்டுக் கொண்டு சாய்ந்து உட்கார்ந்தாள். அவள் கையை ஒரு கையால் இறுக்கிப் பிடித்துக்கொண்டு தன் நண்பர்களுக்கெல்லாம் வாழ்க்கை எப்படியெல்லாம் அமைந்து விட்டது என்று நினைத்துப் பார்த்தான். வேணுகோபால் இப்படி ஆவான் என்று நினைக்கவே இல்லை. அவனைவிட மைதிலிதான் – தலை நரைத்து, கன்னமெல்லாம் சுருங்கி ஒரேயடியாகக் கிழவியாகி விட்டாள். பிள்ளைகளெல்லாம் நல்ல துணி இல்லாமல் தெருவில் திரிகிறது. சாப்பாட்டிற்கே கஷ்டம் போலும். அதைவிட, சங்கரன் நிலைதான் இன்னும் மோசம். அவனே கல்யாணம்

பண்ணிக்கொண்டான். அவள் போய்விட்டாள். வேலை வேறு இல்லை.

சுந்தரி கையைப் பிடித்தழுத்தி, சிரித்தபடி எழுந்தாள். அந்தச் சிரிப்புதான் அவள் ஆபரணம். அதுதான் அவனை மயக்கி கல்யாணம் பண்ணிக்கொள்ள வைத்தது. இவன், அவள் கூட எழுந்து சாப்பாட்டு மேசையின் முன்னே உட்கார்ந்தான். சப்பாத்தி, சாதம், கூட்டு தண்ணீர் என்று ஒவ்வொன்றும் மேசை மீது இருந்தது. அதெல்லாம் சமையல்கார அம்மாள் வேலை. இவனுக்குப் போட்டு விட்டு, தானும் சாப்பிடுவதுதான் சுந்தரிக்கு வேலை.

ஒரு நாளைக்கு நண்பர்களையெல்லாம் அழைத்து வீட்டில் பெரிய விருந்து கொடுக்க வேண்டும் என்று தீர்மானித்துக் கொண்டான். அதற்கு முன்னே ராமசாமியைக் கண்டுபிடிக்க வேண்டும். அவன் இல்லாமல் விருந்து சுகப்படாது. அவன் நன்றாக சாப்பிடுவான். எப்போதும், இவன்கூட இருக்கிறவன் அவன்தான். இவன் சொல்லிதான் ராணுவத்தில் சேர வந்தான்.

அதிர்ஷ்டம் என்று சொல்வதா? துரதிர்ஷ்டம் என்று சொல்வதா? இவனால் தீர்மானிக்க முடியவில்லை. ராமசாமிக்கு செலக்ஷன் ஆனது. இரண்டு தேர்வில் தேர்வு பெற்றான். கடைசித் தேர்வில் பதில் சொல்ல முடியவில்லை. எனவே இவனைத் தள்ளி விட்டார்கள். அதை இவனைவிட ராமசாமியால்தான் தாள முடியவில்லை.

"உன்ன ஏன் எடுக்கல" என்று திரும்பத் திரும்பக் கேட்டுக் கொண்டே இருந்தான். அன்று முழுவதும் அவன் பேச்சாக அதுவாகவே இருந்தது.

"அது இருக்கட்டும்" தாமோதரன் சமாதானப் படுத்தினான். இவன் சமாதானம் அவனுக்கு எடுபடவே இல்லை.

"இல்ல, நானும் போகல!" என்றான் ராமசாமி ரயிலடிக்கு வந்ததும்!

"அடெட! அதெல்லாம் சரி ஆகுமா? முதல்ல நீ வண்டியில ஏறு!" இவன்தான் முதலில் ரயில் பெட்டிக்குள் ஏறினான். பெட்டி முழுவதும் இவனைப் போலவே – வண்டி ஏற்றிவிட வந்தவர்கள். நிற்க இடம் இல்லை! ஒரு பக்கத்தில் ராமசாமி பெட்டியைப் போட்டுவிட்டுக் கீழே இறங்கி வந்தார்கள்,

"ராமு, உனக்குத் தெரியுதா? நான் ஒவ்வொரு ஆள வண்டி ஏத்திவிட்டுக்கொண்டே இருக்கேன்! முதல்ல வேணு! அப்புறம் சங்கர், இப்ப நீ"

அவன் தலையசைத்தான்.

"கடைசியில நான் எங்கப் போகப் போறேன் அதுதான் தெரியல!"

"ஊர்லியே நீ ரொம்பப் பெரிய ஆளா ஆகிடுவ!"

"நானா?"

"பாரேன்! நீ பெரிய ஆளா ஆகத்தான் போறே! அப்ப நாங்க எல்லாம் உன்ன தேடிக்கிட்டு வந்து வாசல்ல நிக்கப் போறோம்!"

"நீ சொல்றது ரொம்ப நல்லாதான் இருக்கு."

"நிஜத்தைத்தான் சொல்லுறேன்"

"நிஜம் பலிச்சிடப் போகுது?"

"பலிக்கலேன்னா என் பேர் ராமசாமி இல்ல!"

ரயிலுக்கு மணி அடிக்கப்பட்டது. தரையில் நின்று கொண்டிருந்தவர்கள் எல்லாம் தாவியேறினார்கள்.

"ராமு வண்டி புறப்படுது."

ராமசாமி மெதுவாகப் போய் தாவி ஏறினான். வண்டி நகர்ந்தது.

"அடிக்கடி லெட்டர் போடு ராமு! வேணு மாதிரி இருந்துடாதே!" "கண்டிப்பா நீயும் பதில் போடு."

ரயில் பார்வையில் இருந்து மறையும் வரையில் தாமோதரன் அப்படியே நின்றுகொண்டிருந்தான். சிநேகிதர்களில் எஞ்சி இருந்தவன் அவன் மட்டுந்தான்! இப்போது அவனும் போய் விட்டான்! என்ன செய்வது எங்கே போவது என்று தெரியாமல் ரயில் நிலையத்தை விட்டு வெளியே வந்தான்.

சுந்தரி தட்டை எடுத்து முன்னே வைத்து இரண்டு சப்பாத்தியை வைத்தாள். அவன் இரவு சாப்பாடு அதுதான்! சாப்பாட்டை மறந்ததுபோல அவளையே பார்த்தபடி இருந்தான்.

கையைப் பிடித்து ஒரு குலுக்குக் குலுக்கினாள். சிரித்து, சப்பாத்தியில் கை வைத்தான். மனசில், நாளை ராமசாமியைப் போய்ப் பார்க்க வேண்டும் என்ற எண்ணம் தீர்மானமாகியது.

16

தாமோதரன் காரில் ஏறி உட்கார்ந்தான். ஒரு முறை பலமாக ஹாரன் அடித்தான். அப்படி இவன் ஹாரன் அடிப்பது பழக்கமில்லை. எனவே காவலாளி பயந்து போய் முன்னே ஓடி வந்தான். இவன் தலையசைத்து ஒன்றுமில்லை என்று அவனுக்குச் சொல்லிவிட்டு காரை வேகமாக விட்டான். தான் வழக்கமாக இல்லை என்று இவனுக்கே பட்டது. இப்படியெல்லாம் இருக்கக் கூடாது என்று சொல்லிக்கொண்டான்.

கார் வேகமாகச் சென்றது.

சங்கரனுக்கும் வேணுகோபாலுக்கும் இடையில் உறவு சரியில்லை. ஏதோ நேர்ந்து இருக்கிறது. அது என்ன? நட்பு என்பதின் இலக்கணமாக இருந்த அவர்களைப் பிரித்துத் தள்ளியது எது?

இவனுக்குத் தெரியவில்லை.

இரண்டு பேரும் ஒன்றாக இருப்பதைப் பார்த்த புதிதாக வந்த ஆசிரியர் இரண்டு பேரும் சகோதரர்களா என்று கேட்டார்.

தாமோதரன் காரின் ஆக்ஸிலேட்டரை அழுத்தி மிதித்தான். கார் சங்கரன் லாட்ஜ் முன்னே போய் நின்றது. வாசலில் நின்று பார்த்தால் சங்கரன் அறை தெரியும். இவன் காரில் இருந்து கீழே இறங்கித் தலையை உயர்த்திப் பார்த்தான். அறை திறந்து இருந்தது. மேலே படியேறிப் போனான். சங்கரன் கட்டிலில் யாரோ ஒருவன் படுத்துத் தூங்கிக் கொண்டு இருந்தான். சிறிது நேரம் அவனையே பார்த்தபடி நின்றான். அவன் வெகு நேரமா அசந்து தூங்குவது போல இருந்தது. ஒரு சிகரெட்டைப் பற்ற வைத்துக்கொண்டு கீழே வந்தான். காரில் ஏறி உட்கார்ந்தான்.

காரை யூனியன் ஆபீஸ் எதிரே நிறுத்திவிட்டு, மேலே போனான். சங்கரன் பெஞ்சில் உட்கார்ந்து சுவரில் சாய்ந்தபடி பேப்பர் படித்துக்கொண்டிருந்தான். காலடி சப்தம் கேட்டு பேப்பரை முகத்தின் முன்னே இருந்து அகற்றியவன் இவனைப் பார்த்ததும், "வா... வா" என்றான்.

தாமோதரன் கைக்குட்டையால் தூசி தட்டிவிட்டு, அவன் பக்கத்தில் உட்கார்ந்தான்.

"ரூமுக்குப் போனியா?"

"இல்ல, நேரா இங்கதான் வர்றேன்!"

"ரூமில உனக்கு ஒரு லெட்டர் எழுதி வச்சி இருந்தேன்!"

"என்ன லெட்டர். நான் ரூமுக்குப் போகாமல் நேரா இங்க வந்துட்டேன்."

சங்கரன் கையில் இருந்த பேப்பரை எல்லாம் மடித்து பெஞ்சில் போட்டுவிட்டு எழுந்து, "வா, போகலாம்" என்று கீழே இறங்கினான்.

"எங்க ராமசாமிய பார்க்கத் தானே?"

அவன் தலை வேகமாக அசைந்தது! அவன் பின்னால் வேகமாகச் சென்றான். அவனுக்கு இதில் எல்லாம் விருப்பம் இல்லை போலும் என்று இவனுக்குப் பட்டது. தலை மயிர் உதிர்வது போல, நட்பு உதிர்ந்து விட்டது என்று சொல்லிக் கொண்டான். வருத்தமாக இருந்தது.

சாலைக்கு வந்ததும், "சங்கர் லாக்அவுட் எப்ப முடியும்" என்று கேட்டான் தாமு.

"ஒரு வாரம், பத்து நாளில் முடிஞ்சிடும்."

"அப்பதான் உனக்கு நிம்மதி."

அவன் பதிலொன்றும் சொல்லவில்லை. காரில் ஏறி உட்கார்ந்து, கதவைப் படீரென்று சாற்றினான்.

இவன் காரில் அமர்ந்து பின்னால் திரும்பிப் பார்த்தான்.

"நேரா ஆவடிக்குப் போ!"

"ஆவடியா?"

"அங்கதான் அவன் இருக்கான். ஒருமுறை அவன் வேல பார்க்கற தொழிற்சாலையில ஒரு வேலை நிறுத்தம் நடந்தது. அப்ப அங்க போய் இருக்கேன்."

"நல்லா இருக்கானா? நான் அவனப் பார்த்து ரொம்ப வருஷம் ஆகுது. இப்பப் பார்த்தா, அடையாளம் கூடத் தெரியாது."

"காலமென்னு ஒண்ணு இருக்கு இல்ல?"

"சங்கர் எனக்கு ஒரோர் சமயம் தோனும், எதுக்கு நாம் வளர்றோம். வளராமல் அப்படியே பள்ளிக்கூடப் பிள்ளை களாகவே இருக்கக் கூடாதான்னு!"

"பரவாயில்லையே! நீ ரொம்ப நல்லாதான் யோசிக்கற!"

"நிஜந்தான் சங்கர்! நான் அடிக்கடி அப்படி நினைக்கிறது உண்டு."

"ரொம்ப காலமா ஜீவிக்கறமே – எப்பதான் சாவு வருமென்னு நான் நினைக்கறது உண்டு."

"உனக்கு என்னமோ ஆகிடுச்சி சங்கர்!"

"ஒரு மனுஷனுக்கு உலகத்துல என்ன ஆகும்?"

எதிரே வந்த விறகு லாரிக்கு வழிகொடுத்து ஓரம் ஒதுக்கி னான் தாமோதரன். பிறகு நடுசாலைக்கு வந்தது.

"ரொம்ப வருஷமா கார் ஓட்டுறியா தாமு?"

"அப்படிச் சொல்ல முடியாது. ஆனா ஒரு பத்து வருஷமா கார் இருக்கு."

"பத்து வருஷம்ன்னா அது ரொம்ப வருஷந்தான்!"

"உனக்குக் கல்யாணமாகி பத்து வருஷம் இருக்குமா?"

"ஏழு வருஷம் முடியப் போகுது. உனக்குக் கல்யாணமாகி பத்து வருஷத்துக்கு மேல இருக்கும் இல்ல?"

"அதுக்கென்ன இப்ப?"

"நீ ஏன் இன்னொரு கல்யாணம் பண்ணிக்கக் கூடாது?"

"ஏன், ஒரு கல்யாணம் காணாதா?"

சங்கரன் கோபம் அடைந்து வருவது தெரிந்தது. அவன் இப்போது பழைய ஆள் இல்லை. புதிய ஆள், வித்தியாசமானவன். இவனைப் போல இன்னொரு வித்தியாசமான ஆள் வேணு! எதிலிருந்து இப்படி வித்தியாசமான ஆளாக இவர்கள் உருவானார்கள் என்பதை இவனால் தீர்மானிக்க முடியவில்லை. யோசித்துக்கொண்டே காரை ஓட்டினான்.

ஒரு பீடியை எடுத்து சங்கரன் பற்ற வைத்துக்கொண்டான். தீக்குச்சியை வீசி அடித்தான். அப்புறம் புகையை ஒருமுறை

சா. கந்தசாமி

நன்றாக இழுத்துக்கொண்டு, "தாமோதரன் வலது பக்கம் திரும்பு அநேகமாகக் கிட்ட வந்துட்டோம்" என்றான்.

கார் மரங்கள் அடர்ந்த சாலையில் திரும்பியது. சிறிது தூரம் சென்றதும், ஒரு தொழிற்சாலை. மஞ்சள் வர்ணம் அடித்த பெரிய கட்டிடம். காம்பௌவுண்ட் கதவு சாற்றப்பட்டிருந்தது. காவலுக்கு மூன்று பேர்கள் சீருடையில் நின்றுகொண்டிருந்தார்கள்.

தாமோதரன் காரின் ஓட்டத்தை மட்டுப்படுத்தி ஹாரன் அடித்தான். கதவு திறக்கப்பட்டது. இவன் காரை நிறுத்தினான்; ஒரு காவலாளி முன்னே வந்தான்.

"ராமசாமி இருக்காரா?"

"முதல்ல கார ஓரமா நிறுத்துங்க!"

கார் ஒதுங்கியது; காவலாளி கூடவே வந்தான். "சார்! உங்களுக்கு யாரைப் பார்க்கணும்; மானேஜர் ராமசாமியவா..."

"வாச்மேன் ராமசாமியைப் பார்க்கணும்."

"மிலிட்ரி ராமசாமியவா? அவருக்கு இப்ப நைட் டூட்டி."

"நைட்டா?"

"இன்னக்கி ஆப்! நாளைக்கு நைட் பத்து மணிக்குத்தான் வருவார்."

"அட்ரஸ் தெரியுமா?"

"உள்ள போங்க. சார்ஜெண்டு இருப்பார். அவர் கிட்டதான் அட்ரஸ் எல்லாம் இருக்கும்."

கார் முன்னே சென்று, சார்ஜெண்டு அலுவலகத்தின் முன்னே நின்றது. கட்டைக் குட்டையாக இருந்த சார்ஜெண்ட் முன்னே வந்தார்.

"நீங்க யார்? யாரைப் பார்க்கனும்?"

"வாச்மேன் ராமசாமி."

"இன்னக்கி அவனுக்கு டூட்டி இல்ல; நீங்க யார்?" எதுக்கு அவன பார்க்க இங்க தேடிக்கிட்டு வந்து இருக்கிறீங்க?"

"நாங்க ரெண்டு பேரும் ராமசாமி பழைய பிரண்ட்ஸ். ரொம்ப வருஷத்துக்கு அப்புறம் இங்க இருக்கறதா கேள்விப் பட்டோம்! அதான் பார்க்க வந்தோம்! வேற ஒண்ணும் இல்ல!"

"துரை, டூட்டி ரூமுக்குக் கூட்டிக்கிட்டுப் போய், ராமசாமிக்கு என்ன டூட்டின்னு பார்த்துச் சொல்லு! போங்க அவன்கூட!" என்றார் சார்ஜெண்ட்.

துரையென்று சொல்லப்பட்ட காவலாளி கூடவே இரண்டு பேரும் நடந்தார்கள். அவன் நெடிதுயர்ந்து இருந்தான். அவன்கூட நடப்பது சாத்தியம் இல்லாதுபோல இருந்தது. வேப்ப மரத்திற்குப் பின்னால் இருந்த ஒரு கட்டிடத்திற்குள் நுழைந்தான். கூடவே இவர்களும் சென்றார்கள். ஒரு பெரிய ஹாலில் – சுவற்றில் டைப் அடித்த ஓட்டிய அட்டை தொங்கியது. அதன் கீழே காக்கி சட்டைகள்; கைத்தடிகள்; தொப்பிகள்; டார்ச்சு லைட்டுகள்; கருப்பு பூட்ஸ்கள்.

குனிந்து எழுதிக்கொண்டிருந்த ஆளிடம் துரை, "சார்!. இவுங்களுக்கு ராமசாமிய பார்க்கணுமாம். சார்ஜெண்டு உங்ககிட்ட அனுப்பினார்" என்றான்.

அவன் நிமிர்ந்தான்.

"ராமசாமியா? அவனுக்கு இன்னக்கி ஆப். நாளைக்கு நைட் ஒன்பதரை மணிக்குத்தான் டூட்டி" என்றான்.

"அட்ரெஸ் இருக்குமா?"

"இருக்குமா என்ன! இங்க அவன் ஜாதகமே இருக்கும். ஒரு நிமிஷம் செத்த உட்காருங்க!" ஒரு பெரிய புத்தகத்தை எடுத்துப் புரட்டினான். இரண்டு இடத்தில் ராமசாமி அட்ரஸ் அடித்திருந்தது.

"ராமசாமி ரெண்டு மாசத்துக்கு மேல ஒரு இடத்துல இருக்கமாட்டான். அதான் இருங்க. கண்டுபிடிச்சிடுறேன்" என்று ஏடு ஏடாகத் தள்ளி, ராமசாமி முகவரியை ஒரு துண்டுக் காகிதத்தில் குறித்துக் கொடுத்தான்.

"புது அட்ரஸ்தானே சார்!"

"இங்க இருக்கறதுல இதுதான் புதுசு. ஆனா, நீங்க போறதுக்குள்ள ராமசாமி அட்ரஸ் மாறிட்டா அதுக்குதான் பொறுப்பு இல்ல!"

"ரொம்ப தாங்க்ஸ்!" தாமோதரன் முகவரிச் சீட்டை சங்கரனிடம் நீட்டினான்.

"இருக்கட்டும், இருக்கட்டும்" என்று அவன் முன்னே நடந்தான்.

"பார்த்தியா சங்கர்! நம்ப தேடிப் போறப்ப ஒருத்தரும் ஆபிசில இருக்கறது இல்ல!"

"ஆமாம். . . ஆமாம்."

வழியில் சார்ஜெண்ட் நின்று கொண்டு இருந்தான்.

"ராமசாமி அட்ரெஸ் கிடைச்சது சார்! ரொம்ப தாங்க்ஸ்" என்றான் தாமோதரன்.

"ராமசாமியப் பார்த்தா ரொம்ப குடிக்க வேணாம்ன்னு அட்வைஸ் பண்ணுங்க! ஒரேயடியா குடிச்சி அழிஞ்சிப் போறான்!"

"கண்டிப்பா சொல்றேன்!"

இரண்டு பேரும் காரில் வந்து உட்கார்ந்தார்கள்.

"ராமசாமிய ஒரு வழியா பார்த்துட்டுப் போயிடுவோம்!"

"அவசியம் இப்பவே பார்க்கணுமா? இடந்தான் தெரிஞ்சிடுச்சி; மெதுவா வந்து பார்த்துக்கிட்டா போவுது!"

"கூட நீயும் இருக்க, ஒரு வேல முடிஞ்சதா ஆகிடும் சங்கர்! பார்த்ததுமே போய்விடுவோம்" என்றான்.

சங்கரன் பீடியை எடுத்துப் பற்ற வைத்துக்கொண்டான். கார் புறப்பட்டது. தார்ச்சாலையில் இருந்து பிரிந்து மண்சாலை வழியாகச் சென்றது. கொஞ்ச தூரம் சென்றதும் மேலே கார் போக சாலை இல்லை. இரண்டு பேரும் கீழே இறங்கி, புளிய மரங்களுக்கு இடையில் செல்லும் ஒற்றையடிப் பாதையில் நடந்துசென்றார்கள்.

ஐந்தாறு பன்றிகள் ஓடி வந்தன! பின்னால் ஒரு நாய் வந்தது! நின்று பார்த்தார்கள். புளியமரங்களுக்கு அப்பால் ஏராளமான குடிசைகள் தென்பட்டன.

காமராஜ் நகர் என்ற ஒரு பெயர்ப் பலகை ஒரு குடிசையின் முன்னே இருந்தது. ஒரு கொடி பறந்துகொண்டு இருந்தது.

தாமோதரன் பையில் இருந்து அட்ரஸை எடுத்துப் படித்துப் பார்த்துவிட்டு "நம்ப சரியான இடத்துக்கு வந்துட்டோம்" என்றான்.

சங்கரன் தலையசைத்தான்.

எதிர் பட்ட ஒரு மனிதனிடம் ராமசாமி வீட்டு நம்பரை சொல்லி வழி கேட்டார்கள். அவன் 'இன்னும் கொஞ்சம் உள்ள போங்கள்' என்றான்.

இரண்டு பேரும் ஒன்றாகச் சென்றார்கள். குடிசையில் இருந்த சில பெண்கள் தலை வெளியே தெரிந்தது. ஒரு நாய் இவர்களை சந்தேகத்தோடு பார்த்துக்கொண்டு நின்றது.

"ராமசாமி சூதுவாதே இல்லாதவன். எப்பவும் மத்தவங்களுக்கு உதவி செய்யவே துடிப்பா இருப்பான் இல்ல சங்கர்?"

அவன் தலையை அசைத்தான்.

"ஒத்தா... குடிச்சிட்டு வந்து கலாட்டாவா செய்யற... கலாட்டா" என்று ஒரு வாலிபன் ஒரு கிழவன் முகத்தில் பாய்ந்து ஒரு குத்துக் குத்தினான். கிழவன் தடுமாறிக் கீழே விழுந்தான்.

"அடிக்காத... அடிக்காத!" தாமோதரன் முன்னே பாய்ந்தான்.

"நீங்க சும்மா இருங்க சார்! இவன் தினமும் இப்படித்தான் குடிச்சிட்டு வந்து கலாட்டா செய்யறான்... அவன விடவே கூடாது!" கீழே விழுந்த கிழவனை ஒரு உதை கொடுத்துப் புரட்டித் தள்ளினான்.

"அன்பு... அன்பு அடிக்காதடா" என்று கத்திக்கொண்டே ஒரு பெண் ஓடி வந்தாள்.

"உன்னால தான்... இல்லாட்டா குடிச்சிட்டு வந்து கலாட்டா பண்ணுவானா நீ போடுற சோறுதான்... அந்தத் திமிர்லதான் இது எல்லாம் பண்ணுறான்..."

"இருக்கட்டுண்டா... இருக்கட்டும்" என்று அவன் தாய்போல இருந்தவள் கட்டி அவனைப் பிடித்துக்கொண்டாள்.

"இனிமே இவன் குடிச்சிட்டு வந்து உன்ன அடிச்சி கலாட்டா பண்ணினா... உன்னதான் உதைப்பேன்" என்று சொல்லி விட்டுப் போனான். அவன் போவதையே இரண்டு பேரும் பார்த்துக்கொண்டு நின்றார்கள்.

ஒரு கிழவி கீழே விழுந்த குடிகாரனைத் தூக்கி அணைத்துக் கொண்டுபோனாள்.

"யார் தெரியுதா?" மெதுவாகக் கேட்டான் சங்கர்!

"தெரியுது!" தாமோதரன் கையைப் பின்னால் கட்டிக் கொண்டு மெதுவாக நடந்து வந்தான். நடப்பதே கஷ்டமாக இருப்பதுபோல இருந்தது.

"முன்ன எல்லாம் அவன் அப்படி இல்ல!"

"அது அவன் பையனா?"

"இல்லேன்னு நினைக்கறேன். அவன் ஒரு பொண்ணோட இருந்தான். அது அவ பையன்தான்! அதெல்லாம் நான் ஒண்ணும் அவன கேட்டது இல்ல!"

"அது சரிதான்."

இரண்டு பேரும் காரில் ஏறி உட்கார்ந்தார்கள். கார் நிதானமாகச் செல்ல ஆரம்பித்தது.

17

ராமசாமி வீட்டு வாசலில் நின்று சுற்று முற்றும் பார்த்தான். கதவு திறந்து இருந்தது. மேரி தண்ணீர் பிடிக்கப் போய் இருக்கலாம் என்று நினைத்துக்கொண்டான். உள்ளே இருந்து கருப்பு நாய் ஓடி வந்தது. ஒருமுறை கையை உதறியபடி கயிற்றுக் கட்டிலை எடுத்துப் போட்டு உட்கார்ந்து நெற்றியைத் தடவிப் பார்த்தான். ஒரு காயம் தென்பட்டது. எப்போது ஏற்பட்டது என்று அவனுக்குத் தெரியவில்லை.

வெய்யில் நன்றாக மேலே அடித்தது. அது சுகமாக இருப்பது போல இருந்தது. கால்களை நீட்டிப் படுத்துக்கொண்டான்.

தண்ணீர்க் குடத்துடன் வந்த மேரி கட்டில் பக்கத்தில் நின்றாள். ராமசாமி அவளைக் கவனிக்கவில்லை. கண்களை மூடிக்கொண்டு படுத்திருந்தான்.

"காலையிலேயே போட்டுட்டு வந்துட்டியா?" ஒரு கை தண்ணீரை அள்ளி அவன் மூஞ்சியில் அடித்தாள். அவன் புரண்டு படுத்தான்.

"நீ அவன் கிட்ட உதைதான் வாங்கி சாகப் போற" என்று சொல்லிக்கொண்டே மேரி உள்ளே போனாள். மகன் செய்கை அவனுக்கு வருத்தந்தான் கொடுத்தது. ஆனால் என்ன செய்வது என்றுதான் புரியவில்லை.

அரை மணி நேரங்கழித்து ராமசாமி எழுந்து உள்ளே வந்தான். மேரி சமையல் செய்து கொண்டிருந்தாள்.

பக்கத்தில் வந்து உட்கார்ந்தான்.

"மேரி இப்ப எல்லாம் நான் ரொம்பதான் குடிக்கறேன் இல்ல?"

அவள் ஒரு முறை நிமிர்ந்து பார்த்தாள்.

"குடிச்சிட்டா நிதானம் இப்ப இப்ப தவறி போயிடுது! முன்ன எல்லாம் அப்படி இல்ல" அவள் கையைப் பிடித்துக் கொண்டான். இன்னும் கொஞ்சம் நெருங்கி உட்கார்ந்து கொண்டான்.

நேத்தி ஒரு சிநேகிதன் வந்தான். உனக்கு நாளைக்கு ஆப் தானேன்னு ஒரு நூறு கூட வாங்கி ஊத்திட்டான். அதச் சாப்பிட்டு இருக்கக் கூடாது. ஆனா, புத்தி எங்கக் கேட்குது? போட்டுட்டேன்! அதான் தாள முடியல; தடுமாறி போயிடுச்சி... உன்ன போட்டு அடிச்சிட்டனா மேரி... அவன் கை மெதுவாக மேலே உயர்ந்து கண்ணீர் கன்னத்திற்குச் சென்றது. அவள் தலையசைத்தாள். அடிபட்டது எல்லாம் அவன்தான்! ஆனால் தான் அடித்து விட்டதாக நினைத்துக்கொண்டு வருத்தப்படு கிறான். அவன் எப்போதும் அப்படித்தான் என்பது மேரிக்கு இப்போது பட்டது.

ஒன்பது வருஷத்திற்கு முன்னால் இருட்டிய பிறகு வேகமாக உள்ளே நுழைந்தான். காக்கிச் சட்டை; பார்த்ததுமே பயந்து போனாள். ஆனால் அவள் சிரித்துக்கொண்டே கிளாஸை எடுத்து நீட்டினாள். பயம் நீங்கவில்லை. அவன் முகத்தைப் பார்த்துக்கொண்டே சாராயத்தை ஊற்றிக்கொடுத்தாள். அவன் குடித்துவிட்டு இன்னொரு கிளாஸ்க்கு மீண்டும் நீட்டினான். அதையும் குடித்ததும் பத்து ரூபாய் நோட்டை எடுத்து நீட்டினான். இவள் சில்லரை கொடுக்கப் போனாள்; அவன் வாங்கிக் கொள்ளவில்லை.

"இருக்கட்டும், சரக்கு நல்லா இருக்கு, இனிமே இங்கதான் வரணும்" என்று சொல்லிவிட்டுப் போனான். அப்புறம் இந்த நேரந்தான் என்று இல்லை. அவன் எப்போதும் வருவான்! குடிப்பான்! கொஞ்ச நேரம் பேசிக்கொண்டு இருப்பான்! அவன் பேச்சில் இருந்து அவன் மனைவி போன வருஷந்தான் புற்று நோய் வந்து செத்துப்போனாள் என்று தெரிந்தது. பிள்ளைகள் இல்லை. அதனால் பிடிப்பில்லாமல் தவிக்கிறான் என்று மேரி நினைத்துக்கொண்டாள். அவன் மீது அவளுக்குப் பரிவே தோன்றியது. சாராயமும் கொடுத்து, அவனுக்கு ஓரோர் சமயம் சோறும் போடுவாள். சாப்பிட்டு விட்டு ஒரு மூலையில் போய் படுத்துக்கொள்ளுவான் ராமசாமி. அப்போது, அந்தோணி அவள்கூட இல்லை. ஒரு திருட்டில் அகப்பட்டுச் சிறுவர் சீர்திருத்தப் பள்ளியில் இருந்தான். இப்படியே ராமசாமி தங்க மாட்டானா என்று கூட நினைத்தாள். பத்து வருடமாக

ஆண்துணை இல்லாமல் நிந்தனைப்பட்டதற்கெல்லாம் மாற்றாகப் போய்விடும் என்று நினைத்தாள். ஆனால் அதை எப்படி அவனிடம் கேட்பது? அதுதான் மேரிக்குத் தெரியவில்லை.

மேரி, ஞாயிற்றுக்கிழமை சர்ச்சுக்குப் போனதும் முதன் முதலாகத் தனக்காக, தனக்கொரு தக்க துணையை இரண்டாவது முறையாகத் தேடித்தருமாறு பரமண்டலத்தில் உள்ள பரம பிதாவை கேட்டுக்கொண்டாள். அதைக் கேட்டுப் பிரார்த்தனை செய்யும்போதே அவள் உடல் முழுவதும் புல்லரித்தது. கை விரல்களை ஒன்றோடொன்று இறுகப் பின்னிக்கொண்டாள். அவளால் அதிக நேரம் அப்படியே உட்கார்ந்து இருக்க முடிய வில்லை. வழக்கமாக அவள் தான் சர்ச்சுக்கு முதலில் போவாள். கடைசியாகத் திரும்பி வருவாள். ஆனால் இன்று அவள் பிரார்த்தனை முடிவதற்கு முன்னால் எழுந்து வெளியே வந்தது, பாதிரியார் உட்பட எல்லோருக்கும் ஆச்சரியம் அளித்தது.

மேரி எத்தனையோ பாவங்கள் செய்து இருக்கலாம்! முதல் கணவனை விட்டுவிட்டுப் பிரிந்து வந்திருக்கலாம்; கள்ளச்சாராயம் விற்கலாம்! அவள் பிள்ளை, கல்யாணம் ஆவதற்கு முன்னே பிறந்த பிள்ளை, திருடிவிட்டுச் சிறையில் இருக்கலாம்! ஆனால் மேரியைக் குற்றவாளி, தப்பு செய்கிறவள் என்று சொல்ல முடியுமா?

தனபாக்கியம்கூட அப்படிச் சொல்ல மாட்டாள். காமராஜ் நகரில் யாருக்காவது தலைவலி உடம்பு நோவா; கோர்ட்டில் பணம் கட்ட கையில் காசு இல்லையா? அரிசிக் கடைக்குப் பணம் கொடுக்க வேண்டுமா? மேரிதான் எப்போதும் உதவுவாள். அதற்கு எல்லாம் வட்டி உண்டு! ஆனால் அது தனபாக்கியம் வட்டி இல்லை! நியாயமான வட்டி!

மேரி காலையிலேயே பிரார்த்தனை செய்துகொண்டு உள்ளே நுழைந்தாள். கட்டிலில் உட்கார்ந்திருந்த ராமசாமி எழுந்து நின்றான். அவனைப் பார்த்ததும், அவள் ஆச்சரியப் பட்டாள்.

"பிரார்த்தனை முடிஞ்சி போச்சா மேரி, சீக்கிரமா வந்துட்ட போல இருக்கே" என்றான்.

அவளுக்கு ஒன்றும் சொல்லத் தெரியவில்லை. அவனையே பார்த்துக்கொண்டு இருந்தாள்.

"மேரி, இனிமே நான் இங்கேயே தங்கிடலாம்ன்னு பார்க்கறேன். இந்தா இதுதான் இந்த மாச சம்பளம்... ஓட்டி தனியா வரும்..." என்று ஒரு கவரை எடுத்து அவளிடம் நீட்டினான்.

"ஓ! பரம பிதாவே" மேரி முணுமுணுத்துக்கொண்டாள்.

"எல்லாருக்கும் கடவுள் ஒண்ணுதான் மேரி! இந்தா இதெ முதல்ல பிடி..."

அவள் கை மெதுமெதுவாக நீண்டு கவரை வாங்கியது. அப்புறம், திடீரென்று பாய்ந்து அவனைக் கட்டியணைத்துக் கொண்டு மேரி குலுங்கிக் குலுங்கி அழுதாள்! அவனும் அணைத்துக்கொண்டான். இரண்டு பேரும் சொல்ல முடியாத ஆனந்தத்தில் கரைந்து அழுதார்கள். அப்புறம், அவளும் அவன் கூட உட்கார்ந்து கொஞ்சம் போல் குடித்தாள்.

ராமசாமி தன்னுடைய கதையை, இளம் பருவத்தை. தன்னுடைய சிநேகிதர்களை, ராணுவத்தில் சேர்ந்ததை, பள்ளத்தாக்கில் கவிழ்ந்த லாரியில் இருந்து உயிர்பிழைத்ததை தன் மடியிலேயே கண்மூடிய மனைவியைப் பற்றியெல்லாம் சொல்லிக்கொண்டே இருந்தான். யாரோ ஒருவன் கதையைப் போல அவன் சொல்வதைச் சிரித்தும், சிணுங்கியும் கேட்டுக் கொண்டிருந்தாள்.

"இப்படி கதை கேட்டுக்கொண்டிருந்தா எப்ப நான் சமையல் பண்ணுறது" என்று மேரி பரபரக்க எழுந்தாள்.

"இன்னக்கி ஒண்ணும் சமையல் வேணாம்! ரெண்டு பேரும் போய் நல்ல ஓட்டலா போய் சாப்பிடுவோம்!"

"நல்ல நாளும் அதுவும் ஓட்டல்ல சாப்பிடறதா நல்லாதான் இருக்கு!" அவள் உள்ளே சென்று சமையல் காரியங்களைப் பார்க்க ஆரம்பித்தாள். சிறிது நேரம் ராமசாமி நின்று அவள் செய்யும் காரியங்களையே பார்த்துக்கொண்டிருந்தான். பிறகு திரும்பி வந்து கட்டிலில் உட்கார்ந்தான்.

"உங்களுக்குக் கோழி பிடிக்குமா? கறி பிடிக்குமா?"

"மேரி என்ன பண்ணினாலும் பிடிக்கும்."

"அதெல்லாம் இருக்கட்டும். கோழி அடிக்கட்டுமா?"

"ரொம்ப வேல இல்ல?"

"என்ன வேல?"

மேரி முட்டை இட்டுக்கொண்டிருந்த கோழியை அடித்துக் கறி சமைத்தாள். குளித்துவிட்டு நல்லதாக இருந்த புடவையைக் கட்டிக்கொண்டு இவனையும் குளிக்கச் சொன்னாள். புதிதாக ஒரு வேட்டியும் துண்டும் கொடுத்தாள்.

ராமசாமி அதை சந்தோஷத்தோடு கட்டிக்கொண்டு அவள்கூட உட்கார்ந்து கோழிக் கறி சாப்பிட ஆரம்பித்தான். ரொம்ப வருஷத்திற்குப் பிறகு இன்றுதான் சந்தோஷமான சூழ்நிலையில் நல்ல சாப்பாடு சாப்பிடுவதுபோல இருந்தது.

"மேரி நீயும் உட்கார்!"

"இருக்கட்டும்!"

"இல்ல, இல்ல நீயும் உட்கார்!" அவள் கையைப் பற்றி இழுத்து தன் பக்கத்தில் உட்கார வைத்து சாப்பிடச் சொன்னான். அவள் சாப்பிட்டாள். சாப்பாடு ஆனதும், இரண்டு பேரும் ஒன்றாக உட்கார்ந்து வெற்றிலை போட்டுக்கொண்டார்கள்.

மேரி எழுந்து போய் ஒருமுறை வெற்றிலை எச்சிலைத் துப்பிவிட்டு வந்தாள். நாற்பது வயதிற்கு மேல் தன் புத்தி எப்படி யெல்லாம் போகிறது என்ற பயம் வந்தது. கூடவே ராமசாமிக்குத் தன் கதையெல்லாம் தெரியுமா என்று தன்னையே கேட்டுக் கொண்டாள். தெரிந்துதான் இருக்கும் என்று ஒரு சமாதானம் வந்தது. ஆனால் அவள் சமாதானப்பட்டுப் போகவில்லை. தன் வாய் மூலமாகவே எல்லாவற்றையும் சொல்லிவிட வேண்டும் என்று மேரி தீர்மானமாகச் சொல்லிக் கொண்டாள்.

"மேரி இங்க வா..."

அவள் அவன் பக்கத்தில் அமர்ந்தாள். அவள் கையைப் பற்றி, "சாயந்தரம் நம்ப சினிமாவுக்கு டவுனுக்குப் போறோம்" என்றான்.

"சரி."

"என்ன சரி?"

"நீங்க சொன்னா சரி."

"அப்ப புறப்படு,"

"புறப்படலாம்! அதுக்கு முன்ன என்னப் பத்தி உங்களுக்குக் கொஞ்சம் சொல்லப் போறேன்!"

"உன்னப் பத்தியா, என்ன அது?"

மேரி தலைநிமிர்ந்து ஒருமுறை அவனைப் பார்த்தாள். அப்புறம் ஒரு தயக்கம் வந்ததும் தன் கடந்த காலம் சொல்லத் தகுந்த கதைதானா என்று கேட்டுக்கொண்டாள். அது சொல்லத் தகுந்தது இல்லைதான். ஆனால் அப்படிப்பட்ட வாழ்க்கை வாழ்ந்த என்னை மனம் ஒப்பி ஏற்க வந்திருப்பவன் முன் எதையும்

தொலைந்து போனவர்கள்

மறைக்கக்கூடாது என்று பட்டது. ஆனால் எதை – எங்கே இருந்து ஆரம்பிப்பது? ராமசாமி அவள் கையைப் பற்றி அழுத்தி "சொல்லு, மேரி" என்றான்.

"எனக்கு ஒரு பையன் இருந்தான்!"

"சரி!"

"அவன் என் கல்யாணத்துக்கு முன்னால பிறந்தவன்!"

"சரி."

"இப்ப அவன் ஜெயில்ல இருக்கான்!"

"சரி,"

"இன்னும் ரெண்டு மாசத்துல வந்துடுவான்!"

"வரட்டும்!"

"வந்தா நம்பக் கிட்டதான் இருப்பான்!"

"சரி."

"கொஞ்சம் முரட்டுப் பய!"

"சின்ன வயசில நான் கூட அப்படித்தான் இருந்தேன்!"

"அவன் இங்க இருக்கறதுல உங்களுக்குக் கஷ்டம் ஒண்ணும் இருக்காது இல்ல!"

"மேரி இஷ்டமெல்லாம், என் இஷ்டம்."

அவள் சிரித்தாள்.

"ரொம்ப நல்லா தான் பேசுறீங்க!"

"பயலுக்கு இப்ப என்ன வயசு இருக்கும்"

"பதினாறு வயது முடிஞ்சிடுச்சி. நல்ல புள்ளதான். ஆனால் சேர்மானம் சரியில்ல! அதுனால் கெட்டுப்போயிடுச்சி!"

"சின்ன வயசில கெட்டுப் போறது எல்லாம், அப்புறம் சரியா ஆகிடும்!"

"அதெதான் நம்பிக்கிட்டு இருக்கேன்!"

"நீ பயப்படாத மேரி, உனக்கு எல்லாம் சரியாகிடும்."

ராமசாமி மேரியை அணைத்து முத்தமிட்டான்.

மூன்று மாதங்களுக்குப் பிறகு அந்தோணி சீர்திருத்தப் பள்ளியை விட்டு வெளியே வந்தான். வந்ததும் வீட்டிற்கு

வரவில்லை. பத்துப் பன்னிரண்டு நாட்கள் சுற்றி அலைந்துவிட்டு பிறகு வீட்டிற்கு வந்தான். அப்போது மேரி வீட்டில் இல்லை. ராமசாமி வேலைக்குப் புறப்பட பூட்ஸ் மாட்டிக்கொண்டு இருந்தான்.

அவனைப் பார்த்ததும் அடையாளம் தெரிந்தது. சிரித்து, "வா, அந்தோணி!" என்றான்.

அந்தோணி நின்றான்.

"அம்மா வெளியே போய் இருக்கு, இப்ப வந்துடும்! உன்ன பத்து நாளாவே எதிர்பார்த்துக்கிட்டு இருக்கோம்!"

"யாருடா நீ?" என்றான் அந்தோணி.

பூட்ஸ் கயிறை இறுக்கிக்கொண்டிருந்த ராமசாமி நிமிர்ந்து பார்த்தான்.

"உனக்கு ஒரு லெட்டர் போட்டோம். அது வந்து சேர்லியா?"

"நீ யாருடா?"

"இப்ப அம்மா வந்துடும்!"

"வரட்டும்" என்று சொல்லிக்கொண்டே வெளியே வந்தான். அப்புறம் அன்றைக்குத் திரும்பி வரவில்லை

லீவு போட்டுவிட்டு அந்தோணி வருகைக்காக இவனும் மேரியோடு காத்துக்கொண்டிருந்தான். ஆனால் அவன் வர வில்லை.

மூன்று மாதங்கள் கழித்து ஒரு நாள் திரும்பி வந்தான்! மேரி தான் வீட்டில் இருந்தாள்!

"வாடா, அந்தோணி! அன்னக்கி வந்தியாமே ஏன், உடனே போயிட்ட? அப்பயிலே இருந்து நீ வருவேன்னு காத்துக்கிட்டே இருக்கேன்!"

"நூறு ரூபா பணம் கொடு!"

"எதுக்குடா!"

"எனக்கு வேணும்!"

"எதுக்குன்னு இல்லீயா?"

"இப்ப தர்றியா இல்லியா?"

அந்தோணி பாய்ந்து ஆணியில் மாட்டியிருந்த ராமசாமி காக்கிச் சட்டையைச் சுருட்டி மேரி மூஞ்சியில் அடித்தான். அவள் அப்படியே நின்றுகொண்டிருந்தாள்.

"இப்ப நீ பணம் தரப்போறியா இல்லையா?"

"அம்மாம் பணம் ஏதுடா?"

"ராமசாமிக்கு நேத்திதானே சம்பளம்!" மேரி நிமிர்ந்து பார்த்தாள்.

"உனக்குப் பணம் இல்ல; வெளியே போ! இனிமே இந்த வீட்டுக்குள்ள காலடி எடுத்து வைக்காதே!"

அந்தோணி சிறிதுநேரம் அப்படியே நின்றுகொண்டிருந்தான்.

"எதுக்கு நிக்கற போ"

அவன் ஒவ்வொரு அடியாக முன்னே எடுத்து வைத்து, மேரியின் அருகே வந்தான்.

"பக்கத்துல யாரோ திருடிட்டானுவோ அம்மா! அது நான்தான்னு ஒரு போலீஸ்காரன் புடிச்சிக்கிட்டான்! நான் இல்லென்னு சொல்லிப் பார்த்தேன்! விட மாட்டேங்கறான்! கெஞ்சிக் கூத்தாடினா, நூறு ரூபா கொடுங்கறான்! அதுக்குத்தான் அம்மா வந்தேன்!"

"நிஜமாவா?"

"கர்த்தர் மேல ஆணையா அம்மா"

மேரி ராமசாமி பெட்டியைத் திறந்து நூறு ரூபாய் நோட்டு ஒன்றைக்கொண்டு வந்து கொடுத்தாள்.

"ராத்திரிக்கு நான் வந்துருவேன் அம்மா!"

"வா,"

ஆனால் அவன் வரவில்லை. அடுத்த நாள் இரவு குடித்து விட்டு தள்ளாடிக்கொண்டு வந்தான். வாசலில் நின்றுகொண் டிருந்த ராமசாமி, "வா, அந்தோணி" என்றான்.

"நீ யாருடா என்ன கூப்பிட" என்று பளீரென்று கன்னத்தில் பாய்ந்து அறைந்தான் அந்தோணி. சப்தம் கேட்டு மேரி உள்ளே இருந்து ஓடி வந்தாள்

"இவன இங்க இருந்து துரத்திட்டுத்தான், நான் போவேன்" என்று மறுபடியும் பாய்ந்து பாய்ந்து அந்தோணி அடிக்கப் போனான்.

"இங்க வாடா" என்று தனபாக்கியம் அவன் கையைப் பிடித்துத் தரதரவென்று இழுத்துக்கொண்டு போய் உள்ளே தள்ளினாள்.

ராமசாமி எழுந்து, காயத்தில் ஒட்டிய மண்ணைத் தட்டி விட்டுக்கொண்டான்.

"ரொம்ப அடியா?"

"இல்ல!"

"அது புள்ளயே இல்ல!"

"இந்த வயசில அது சரிதான்!"

"நீங்க உள்ள வந்து படுங்க!" அவன் கையைப் பற்றி இழுத்துக்கொண்டு போய் மேரி உள்ளே படுக்க வைத்தாள்.

"அந்த பய கை கால ஒடிக்கணும்!"

"அதெல்லாம் எதுக்கு?"

"உங்கள விரோதி மாதிரியில்ல நெனச்சிக்கிட்டு அடிக்கிறான்!"

"எல்லாம் கொஞ்ச நாள்ல சரியா போயிடும்."

"அது உள்ள இருந்தாதான் சரியா இருக்கும்!"

"மேரி, அப்படியெல்லாம் சொல்லக் கூடாது!"

"நீங்க சும்மா கிடங்க!" மேரி அவனை அணைத்துப் படுத்துக் கொண்டாள்.

வெய்யில் ராமசாமிமீது சுள்ளென்று அடித்தது. அவனுக்கு அப்படியாக உறைக்கவில்லை. கையையும் காலையும் வீசிப் போட்டது போல படுத்துக் கிடந்தான். மேரி தண்ணீர்க் குடத்தை உள்ளே வைத்துவிட்டு வந்து, இவனை இழுத்துக்கொண்டு உள்ளே போய் படுக்கப் போட்டாள்.

18

தாமோதரன் வீட்டு வாசலில் நின்றான்.

"யார் வேணும்" என்று கேட்டுக்கொண்டே மேரி வெளியே வந்தாள்,

"ராமசாமி!"

"நீங்க யாரு?"

"என் பெயர் தாமோதரன். சிநேகிதர்!"

மேரி அவநம்பிக்கையோடும் சந்தேகத்தோடும் தாமோதரனை இன்னொரு முறை பார்த்தாள். இந்த ஏழு வருஷத்தில் அவனைத் தேடிக்கொண்டு யாரும் வந்தது இல்லை. தொழிற்சாலையில்கூட வேலை செய்கிறவர்கள்தான் குடிக்கக் கூப்பிட வருவார்கள். இவன் அந்த ரகத்தில் சேர்ந்தவனாக இல்லை. பின் யார்? நிஜமாகவே சிநேகிதனாக இருக்குமோ?

உள்ளே சென்று படுத்துக் கிடந்த ராமசாமியை எழுப்பினாள். அவன் புரண்டு படுத்தான்.

"எழுந்திரிங்க. தாமோதரனாம்! உங்கள பார்க்க வந்து இருக்கார்!"

"அவன் எவன் தாமோதரன்?" ராமசாமி எழுந்து வேட்டிய உதறிக் கட்டிக்கொண்டு வெளியே வந்தான். அவனுக்கு இவனை அடையாளம் தெரியவில்லை.

"யார் வேணும்?"

"ராமசாமி!"

"நான்தான். நீங்க யார்? எங்க இருந்து வர்றீங்க!" தாமோதரன் ஓரடி முன்னே வந்தான். தனது பால்ய கால நண்பனை ஏறிட்டுப் பார்த்தான். அடையாளம் கண்டுபிடிக்கவே முடியவில்லை. நேற்று சங்கரன்கூட வந்து பார்க்காவிட்டால், நம்பி இருக்கவே மாட்டான்."

"நான் தாமோதரன்!"

"அது சரி. எந்த தாமோதரன்? நீங்க எந்த ராமசாமியைப் பார்க்கணும்?"

"ராமு, என்னத் தெரியல? நம்ப ரெண்டு பேரும் ஒண்ணா படிக்கல! அப்புறம் மில்ட்ரியில சேர வர்ல...?"

"அடெட, நீயா! தாமோதரன்னு சொன்னுதும் நான் யாரோன்னு நினைச்சிட்டேன். வாடா... வா... எதுக்கு அங்க நின்னுட்ட... உள்ளவாடா... உள்ள வேணாம்! கட்டில்ல உட்காருவோம். காத்து நல்லா வரும்" என்றவன் உள்பக்கம் திரும்பி, "மேரி நம்ப சிநேகிதன்! அந்தக் காலத்துல நாங்க ரெண்டு பேரும் ரொம்ப சிநேகிதம்... எப்படியோ தேடிப் புடுச்சி வந்துட்டான்... சீக்கிரமா ரெண்டு டீ வாங்கிக்கிட்டு வா" என்று சொல்லிவிட்டுக் கட்டிலில் உட்கார்ந்தான்.

தாமோதரன் அவன் பக்கத்தில் அமர்ந்தான்.

"உன்ன நான் அடிக்கடி நினச்சிக்கறது உண்டு தாமு!"

"அப்படியா?"

"ஆமாம். உன்னால தானே மில்ட்ரியில சேர்ந்தேன். அதுனால தான்."

"சரி."

"எப்படி என்ன கண்டுபிடிச்ச?"

சங்கரன் சொன்னான்.

"நான் அவன, வேணுகோபால் ரெண்டு பேரையும் பார்க்கறது உண்டு. ஆனா, சுகமில்ல. ரெண்டு பேரும் புண்ணியம் இல்ல! ரெண்டு பேரும் பழைய ஆளுங்க மாதிரி இல்ல. போனா பேச மாட்டானுங்க... எதுக்குப் பார்க்கப் போனோமின்னு ஆகிடும்!"

"அப்படியா?"

"அதுனால நான் போறத விட்டுட்டேன்."

"அது சரி!"

"நீ எப்படி இருக்க!"

"நல்லா இருக்கேன்."

ராமசாமி பெரிதாக ஒரு சிரிப்புச் சிரித்தான்.

தொலைந்து போனவர்கள்

"நல்லா இருக்கிறேன்னு சொல்லுற ஒரு ஆள நான் இப்பத் தான் பார்க்கறேன்!"

"அப்படியா?"

"நிஜமாதான்!"

"நான் நிஜமாவே ரொம்ப நல்லா இருக்கேன் ராமு"

மேரி டீ கிளாஸை ராமசாமி முன்னே நீட்டினாள்.

"அறிவு இருக்கா, யாருக்கு முதல்ல டீ கொடுக்கணும்? இங்க கொடு" என்று மேரியை ஒரு அதட்டல் அதட்டினான். அவள் பயந்து போனாள்.

"சாப்பிடுங்க" இவன் பக்கம் டீ கிளாஸை நீட்டினாள்.

தாமோதரன் டீ கிளாஸை கையில் வாங்கிக்கொண்டு, "எதுக்குத் திட்டுற" என்றான்.

"பின்ன என்ன அறிவு வேண்டாம்! நீ டீ சாப்பிடு!"

தாமோதரன் டீயைக் குடித்தான்.

"டீ. நல்லா இருக்கா?"

"ரொம்ப நல்லா இருக்கு."

"நான் டீயெல்லாம் ரொம்ப குடிக்கறது இல்ல!"

தாமோதரன் தலையசைத்தான்.

"சரி அதெல்லாம் கிடக்கட்டும். நீ எப்படி இருக்க? எத்தனை பசங்க? என்ன பண்ணிக்கிட்டு இருக்க. அதெ சொல்லு..."

"சொந்தமா தொழில் பண்ணுறேன். ரொம்ப சௌகரியமா இருக்குது."

"அப்படியா கேட்கவே ரொம்ப சந்தோஷம்." ஒரு நாளைக்கு உன் வீட்டுக்கு வந்து உன் ஒய்ப், பிள்ளைங்க எல்லாத்தையும் பார்க்கணும்."

"நானே உன்ன வந்து கூட்டிக்கிட்டுப் போறேன்!"

"அதுவும் நல்லது தான். எப்ப வர்ற?"

"உனக்கு எப்ப சௌகரியப்படும்!"

"எனக்கு என்ன சௌகரியம்? எப்பவும் சௌகரியந்தான்." என்றவன் உட்பக்கம் திரும்பி "மேரி கிளாஸை எடுத்துக் கிட்டுப் போ! சட்டைப் பையில காசு இருக்கு, எடுத்துக் கொடு" என்றான்.

"எப்ப வேலைக்குப் போகணும்?"

"ஒன்பது மணிக்கு."

"இப்படி நடக்கலாமா?"

"வா," எழுந்து கூடவே நடந்து வந்தான்.

இரண்டு பேரும் புளியமரங்களைக் கடந்து சாலைக்கு வந்தார்கள். தாமோதரன் காரில் சாய்ந்தான்.

"உன் காரா?" தலையசைத்தான்,

"ஏறி உட்கார்! ஒரு சுத்து சுத்தலாம்." "என் சிநேகிதன் கிட்ட கார் இருக்கிறது. அது ரொம்ப சந்தோஷப்படுற காரியந்தான்" என்று காரின் கதவை அழுத்தித் திறந்தான்.

"இரு பூட்டி இருக்கு."

தாமோதரன் அவசரம் அவசரமாகக் காரின் கதவைத் திறந்துவிட்டான். நண்பனின் குதூகலமும் உற்சாகமும் இவனுக்கு நிறைவு அளித்தது. இவனும் ஏறி உட்கார்ந்து, காரைக் கிளப்பினான்.

"எங்க போகணும்?"

"எங்க தொழிற்சாலை வழியா போ! அங்க நிக்கறவன் எல்லாம் நான் கார்ல போறத பார்க்கட்டும்."

கார் புறப்பட்டு வேகமாகச் சென்றது. சிறிது தூரம் சென்றதும் தாமோதரன் அவன் பக்கம் திரும்பினான்.

"ராமு, நீ எப்படி இருக்க?"

"ரொம்ப சந்தோஷமா இருக்கேன்! ஒரு கவலையும் இல்ல!"

"உன்ன, சங்கர, வேணுவை எல்லாம் அழைச்சி ஒரு விருந்து வைக்கலாம்ன்னு இருக்கேன். நம்ப எல்லாம் ஒண்ணா இருந்து எத்தனை வருஷமாயிடுச்சி?"

"நல்ல யோசன. அதத் தள்ளி போடாத. ஞாயிற்றுக்கிழமை வச்சிக்க. அதுதான் வேணுவுக்கு லீவா இருக்கும்!"

"உனக்கு லீவு இருக்குமா?"

"எனக்கு என்ன லீவு. ஒரு நாள் மட்டம் போட்டுட்டா போகுது."

"லீவு கொடுப்பாங்களா?"

தொலைந்து போனவர்கள்

"சார்ஜெண்ட் சம்பளத்தைப் புடிச்சிடுவான்! அது போகட்டும். நம்ப எல்லாம் ஒண்ணா சேர்ந்து இருக்கப்போறதுக்கு எது இணையாகும்?"

கார் தொழிற்சாலை பக்கமாகச் சென்றது.

"மேரின்னு கூப்பிட்டியே—"

ராமசாமி கடகடவென்று சிரித்தான். "அது நம்ப ஒய்ப். முதல் சம்சாரம் தவறிப் போயிடுச்சி; அப்புறம் மேரி தான் இப்ப ஒய்ப். அது ரொம்ப நல்ல மாதிரி. ஆனா அதுக்கு ஒரு பய இருக்கான்! சுத்த ரௌடி!"

தாமோதரன் தலையசைத்தான்.

"உலகத்தில எல்லாம் ஒரு மாதிரியா இருக்கு. நீ ஒரு மாதிரி, நான் ஒரு மாதிரி இல்லையா? எல்லாம் அப்படித்தான்."

"ஆமாம் ஆமாம்."

"ஞாயிற்றுக்கிழமை உன் வீட்டுல நம்ப எல்லாம் பார்க்கறதுங்கறது முடிவு தானே?"

"முடிவு ஆனது மாதிரிதான். நான் காலையில வந்து உன்ன கார்ல அழச்சிக்கிட்டுப் போறேன்."

"கார் எதுக்கு? அட்ரஸ் கொடு! ஒரு மணிக்கெல்லாம் நான் வந்துடுறேன். வேணு, சங்கரன் ரெண்டு பேரையும் வச்சி புடுச்சிக்கிட்டு வந்துடு ... இப்ப கார நிறுத்து ... நான் இங்க இறங்கிக்கிறேன்."

கார் நின்றது. ராமசாமி இவன் கையைப் பிடித்து ஒரு முறை குலுக்கிவிட்டுக் கீழே இறங்கி வேகமாக நடந்து சென்றான். கொஞ்சமும் மாறாமல் இருக்கிறான் என்று இவனுக்குப் பட்டது. அவன் போவதையே பார்த்துக் கொண்டிருந்தான். பிறகு கார் புறப்பட்டது. அவன் நினைவில் நண்பர்கள் வந்து வந்து போய்க்கொண்டிருந்தார்கள். ஆனால் அதில் ராமசாமி முகம் அதிக நேரம் தங்கியது. நண்பர்களிலேயே அவன் தான் நிஜமான நண்பனே என்று எண்ணினான். தீர்மானிக்க முடியவில்லை. தலையை அசைத்துக்கொண்டான். கார் நிதானமாகச் சென்று கொண்டே இருந்தது.

19

அடுத்த நாள். பொழுது புலர்ந்தது. தாமோதரன் மாடியில் இருந்து கீழே இறங்கி வந்தான். அவன் மனைவி தோட்டத்தில் நின்றுகொண்டு இருந்தாள். இவன் அவள் பக்கத்தில் போய் நின்றான். அவள் இவனைப் பார்த்ததும் ஒருமுறை புன்னகை பூத்தாள். அப்புறம் ஒரு ரோஜாவைக் காம்போடு கிள்ளி அவன் வெள்ளைச் சட்டையில் சொறுகி விட்டாள். இவன் ரோஜாவையும் அவள் முகத்தையும் ஒரு முறை பார்த்தான்! அவள் மேன்மையான குணங்கள்கொண்ட பெண்தான் என்று நினைத்தான். அவள் குணங்கள் எல்லாம் செயல் மூலமாகவே சொல்லப்படுகிறது. அந்த மேன்மையான குணங்களே தன்னைத் தடுத்தாட் கொள்கிறது என்பதையும் நினைவில்கொண்டான்.

அவள் அவன் கூடவே கார் செட் வரையில் வந்தாள். காரின் கதவைத் திறந்து விட்டாள். இவன் ஏறி உட்கார்ந்து, கார் புறப்பட்டு வெளியில் வரும் வரையில் நின்று கையாட்டினாள். கையின் அசைவு, கையின் நெளிவுகள் இவனுக்கு அந்தரங்கமாகப் பேசி விடை கொடுத்தன.

கார் சாலைக்கு வந்தது. யாரை முதலில் பார்க்கலாம்! காரின் வேகத்தைக் குறைத்து யோசித்தான். வேணுகோபாலைப் பார்க்கலாமென்று பட்டது. அவன்தான் அலுவலகம் செல்கின்றவன். அவனைப் பார்த்துப் பேசி முடித்துவிட்டால் – அப்புறம் சங்கரனைத் தேடிக்கூட கண்டுபிடித்து விடலாம். கார் வேணுகோபால் வீட்டுப் பக்கம் சென்றது.

சின்ன வயதில் வேணுகோபால் வீட்டிற்கு இவன் அடிக்கடி போவான். அவன் அம்மா வாசலில் பார்த்ததுமே ... “வா ... வா ...” என்று அழைத்து,

"வேணு உன் சிநேகிதன்" என்பாள். அப்புறம் காபியோ, மோரோ கொடுப்பாள். சாப்பாடு நேரமானால், கண்டிப்பாக சாப்பாடு உண்டு. சாப்பிடாமல், புறப்படவே முடியாது. வேணு அம்மா சாப்பாடு அருமையாக இருக்கும். அந்த மாதிரி ஒரு சாப்பாட்டை இவன் பின்னால் ஒரு போதும் சாப்பிட்டது இல்லை. வித்தியாசமே இல்லாமல் ரெண்டு பேருக்கும் ஒன்றாகப் பரிமாறுவாள்.

இவனுக்குத் தன் சித்தி வீட்டிற்குச் சென்றது நினைவுக்கு வந்தது. அது மழைக் காலம்! ரெண்டு நாட்களாகவே நல்ல மழை. விடாமல் மழை பொழிந்துகொண்டே இருந்தது. தரை மறைய தண்ணீர் தேங்கி நிற்க ஆரம்பித்தது. இவன் ஜன்னல் பக்கத்தில் உட்கார்ந்து தென்னை மட்டை வழியே பொழியும் மழையையே பார்த்துக்கொண்டிருந்தான். நினைப்பு, எப்போது எப்போது மழை விடும் – வீட்டிற்குப் போகலாம் என்றிருந்தது. இரண்டு நாட்களாகவே ஏதோ அடைபட்டுக் கிடப்பதுபோல இருந்தது.

சித்தி உள்ளே இருந்து கூப்பிட்டாள். இரண்டுமுறை கூப்பிட்டதும், இவன் மெதுவாக எழுந்து உள்ளே சென்றான்.

"கூப்பிடுகிறது காதுல விழாம, அப்படி என்ன மழைய வேடிக்கை பார்த்துக்கிட்டு இருக்க" என்றாள் சித்தி.

இவனுக்கு ஒன்றும் பேசத் தெரியவில்லை. சித்தியை பார்த்துக் கொண்டே நின்றான்.

"சோளப்பொரி எடுத்துக்க" என்று ஒரு சின்னக் கூடையை முன்னே நீட்டினாள். இவன் அதை வாங்கிக்கொண்டு சித்தி பையன் பக்கம் சென்றான். அவன் நொண்டி திண்ணையில் காலைத் தொங்கப் போட்டுக்கொண்டு உட்கார்ந்து சோளப் பொறி தின்றுகொண்டிருந்தான். இவன் பக்கத்தில் போய் உட்கார்ந்தான்.

"உன் சோளமெல்லாம் பொரிஞ்சி இருக்கா" என்றான் ... சோமு இவன் பக்கம் திரும்பி,

"இருக்கே!"

"எங்க இங்க காட்டு!"

"பாரு?" இவன் தன் சின்னக் கூடையில் இருந்த சோளப் பொறியை அள்ளினான். ஒரு கை தான் பொரி இருந்தது. அப்புறம் பொரியாத சோளம். கரி கரியாகத் தீய்ந்து போனது.

"எங்க பொரியவே காணோமே!" என்றான் சோமு...

இவன் தன் கூடையைப் பார்த்தான். அப்புறம் நிமிர்ந்து சோமுவைப் பார்த்தான்.

"பொரியை எல்லாம் பொறுக்கித் தின்னுட்டியா?"

இவன் தலையை அசைத்தான்.

"சோமு, இங்க வாடா!" சித்தி உள்ளே இருந்து கூப்பிட்டாள். அவன் மெதுவாக இறங்கிப் போனான். சித்தி அவனை அடிப்பதையும் அவன் கத்துவதையும் கேட்டான். இவனுக்கு கஷ்டமாக இருந்தது. இறங்கி வாசலுக்கு வந்து மழையில நின்று மழை விட்டுவிட்டதா என்று பார்த்தான். மழை இன்னும் இன்னுமென்று பொழிந்துகொண்டிருந்தது. இவன் திரும்பிப் போய், திண்ணையில் ஏறி உட்கார்ந்தான்.

தாமோதரன் கார் திரும்பியது. காரை ஒதுக்கி ஒரு பக்கமாக நிறுத்திவிட்டு, கீழே இறங்கி நடந்து சென்றான். மைதிலி புடவையைத் தூக்கிச் சொறுகியபடி, தரையை அலம்பிக் கொண்டிருந்தாள். இவனைப் பார்த்ததும் அவசரம் அவசரமாகப் புடவையை இழுத்து விட்டுக்கொண்டு சற்றே ஒதுங்கி, "வாங்க" என்று புன்னகை பூத்தாள்.

கசங்கிய புடவையும், பறக்கும் தலையுமாக இருந்த மைதிலியிடம், "வேணு இருக்கறாப் போல" என்றான்.

"இருக்கார், வாங்க!" இவனுக்கு முன்னே வழி விட்டுப் பின்னால் நடந்தாள்.

ஈஸிசேரில் வேணுகோபால் உட்கார்ந்து பேப்பர் படித்துக் கொண்டிருந்தான். பேப்பர் அவன் முகத்தை மறைத்துக் கொண்டிருந்தது.

"உங்க பிரண்ட் வந்திருக்கார்" என்றாள் மைதிலி.

"யார்?" வேணுகோபால் கையில் இருந்த பேப்பர் ஒதுங்கியது. இவனைப் பார்த்ததும் ஆச்சரியப்பட்டதுபோல, "அடெட, தாமுவா... வா... வா... என்ன காலையிலேயே" என்றான்.

"ஒண்ணும் இல்ல, உன்ன பார்க்கத்தான்!"

"என்னயா... என்ன பார்க்கவா... கேட்க ரொம்ப நல்லா இருக்கு... உட்கார்... என்ன விஷயம்... சொல்லு..."

"ராமசாமிய கண்டுபிடிச்சிட்டேன்!"

வேணுகோபால் தலையை உயர்த்தி நிமிர்ந்து பார்த்தான். அவனுக்கு ராமசாமியை நினைவில் இல்லை.

"ராமசாமியா... யார் அவன்?"

"நம்ப ராமு... நம்பகூட ஒண்ணா சின்ன வயசில இருந்தானே... மல்லிய கொல்ல ராமசாமி..."

"அவனா..?"

தாமோதரன் குத்திட்டு வேணுகோபாலைப் பார்த்தான். "சொல்லு... ராமசாமியைப் பார்த்துட்டே!"

தாமோதரன் குழம்பினான். என்ன சொல்வது என்று தெரியவில்லை. மைதிலி காபி கொண்டு வந்து வைத்து, "சாப்பிடுங்க" என்றாள். இவன் வேணுகோபால் வைத்த பேப்பரையே பார்த்துக்கொண்டிருந்தான்.

"காபிய எடுத்துக்க."

"நீ"

"காலையில ரெண்டு காபி ஆகிடுச்சி."

"அப்படியா?" தாமோதரன் காபியை எடுத்து ஆற்றினான். ஒரு மிடறு குடித்தான். பிறகு அதைக் கீழே வைத்துவிட்டு, கைக்குட்டையை எடுத்து முகத்தைத் துடைத்துக்கொண்டான். தொண்டையைக் கனைத்து, "வேணு, கடவுள் புண்ணியத்துல நம்ப நாலு பேரும் இன்னும் உயிரோட இருக்கோம்..."

"சாகறதுக்குத் தான் இருக்கோம்... சரி நீ சொல்லு"

"இல்ல... என் வீட்டுல ஞாயிற்றுக்கிழமை ஒரு சின்ன விருந்து. அதுக்குத்தான் வந்தேன். நீ குடும்பத்தோட தயாரா இரு... நான் வந்து அழச்சிக்கிட்டுப் போறேன்..."

"சங்கரன பார்த்துட்டியா?"

"இல்ல... முதல்ல உன்னதான் பார்க்க வந்தேன். உன்ன வச்சிக்கிட்டுதான் மத்தது எல்லாம்"

"ஞாயிற்றுக்கிழமையா?"

"அதுதானே உனக்கு சௌகரியமா இருக்கும். நான் பத்து மணிக்கு எல்லாம் வந்துடுவேன்!"

"நீ ஒண்ணும் வரவேணாம். நான் வர்றேன்..."

"நீ வர்றேன்னா!"

"மைதிலி இப்ப வேணாம். முதல்ல நான் வர்றேன்! அப்புறமா இன்னொரு நாளைக்கு நான் அவளை அழைச்சிக்கிட்டு வர்றேன்!"

"ஏன் ?"

"இல்ல... அது சரியா இருக்காது."

வேணுகோபால் வெற்றிலைப் பெட்டியை இழுத்தான்.

"குடும்பமா இருந்தா சரியா இருக்கும்ன்னு நெனச்சேன் !"

"இல்ல அது வேணாம்."

"சரி."

"நீ ஒண்ணும் வர வேணாம். நானே வந்துடுறேன்."

"நிஜமா ?"

"எப்ப வரணும் ?"

"பத்து மணிக்கு... நம்ப எல்லாம் ஒண்ணா சந்தித்து எத்தனை வருஷம் ஆகிடுச்சி... கொஞ்ச நேரம் உட்கார்ந்து ஒண்ணா பேசிக்கிட்டு இருப்போம் !"

"உனக்கு யார் இந்த ஐடியா சொன்னது ?"

"ஏன் எதுக்கு ?"

"இல்ல சும்மாதான் !"

"எனக்கே தோணுச்சி."

"அப்படியா ?"

தாமோதரன் வேணுகோபாலைப் பார்த்தான்.

"காபியை குடி."

இவன் காபி டம்ளரைக் கையில் எடுத்தான்.

"எப்ப நீ சங்கரன பார்ப்ப ?"

"இப்ப !"

"சரி. அப்பப் புறப்படு, நான் ஆபீஸ்க்குப் போகணும். அதுக்கு இப்பவே இருந்து தயாரானாதான் சரியா இருக்கும்."

தாமோதரன் எழுந்து நின்றான்.

"ஞாயிற்றுக்கிழமை பத்து மணிக்கெல்லாம் நான் இங்க வர்றேன். நீ குடும்பத்தோட தயாரா இரு."

"நீ ஒண்ணும் இங்க வரவேணாம் ! நான் வந்துடுறேன்."

"இல்ல. நான் வர்றேன்."

“ஏன்? என் மேல நம்பிக்கையில்லியா . . . அதானே . . . ஆனா... சொன்னா சொன்னதுதான் நீ உன் வேலய பார்த்துக்கிட்டு இரு... நான் பத்து... பத்தரை மணிக்கு வந்துடுறேன் பத்தரைக்கு மேல போயிடுச்சின்னா வர்லேன்னு வச்சிக்க!”

“நீ அவசியம் வரணும்! உனக்காகத்தான் இந்த ஏற்பாடு எல்லாம். நம்ப பள்ளிக்கூடத்தை விட்ட அன்னக்கி, நீ தான் எங்களெல்லாம் கூப்பிட்டு வீட்டுல சாப்பாடு போட்ட... மத்தியானம் சாப்பிட்டு விட்டு நேரே போய் போட்டோ எடுத்துக்கிட்டோம்... இப்ப கூட... நான் ஒரு போட்டோவுக்கு ஏற்பாடு பண்ணி இருக்கேன் . . . எவ்வளவு வருஷத்துக்கு அப்புறம் ஒண்ணா சேர்ந்து இருக்கோம். அதுனால ஒரு போட்டோ பிடிக்க வேணும்.”

“பெரிய பெரிய திட்டமெல்லாம் போட்டு இருக்கேன்னு சொல்லு!”

“அப்படியெல்லாம் ஒண்ணும் இல்ல. எல்லாம் நீ கத்துக் கொடுத்ததுதான். அன்றைக்கு மட்டும் நீ வீட்டுல கூப்பிட்டுச் சாப்பாடு போடலென்னா எனக்கு இப்ப இந்த எண்ணமே வந்து இருக்காது”

“அப்படியா?”

“நிஜமாதான்!”

“சரி.”

“என்ன வேணு. சுரத்தையில்லாம பேசுற!”

“சுரத்தை இல்லாம என்ன. நான்தான் வர்றேன்னுட்டேனே. நீதான் விடாம பேசிக்கிட்டே இருக்க!”

“அப்ப நான் புறப்படுறேன்.”

“சரி.”

தாமோதரன் உட்பக்கம் பார்வையைத் திருப்பினான்.

“மைதிலி உள்ள வேலையா இருப்பா. சாப்பாடே இங்க காலையிலதான்.”

இவன் ஒருமுறை சிரித்தான்.

“நீ குடும்பத்தோட வர்றே...”

“நான் குளிக்கணும். வரட்டுமா? நேரம் ஆகுது. மூனு வாட்டி லேட்டா போனா ஒருலீவு போயிடும்.”

"அப்ப நீ குளிக்கப் போ... நான் வர்றேன். ஞாயிற்றுக் கிழமை வந்துடு." என்று சொல்லிக் கொண்டே வாசலுக்கு வந்து செருப்பைக் காலில் மாட்டிக்கொண்டான்.

மெதுவாக நடந்து சாலைக்கு வந்தான். அரச மரத்தடியில் நின்ற காரில் காக்கை எச்சமிட்டு இருந்தது. காரைத் திறந்து துணியை எடுத்து அதைத் துடைத்துவிட்டான். பார்வை வேணுகோபால் வீட்டுப் பக்கம் ஒருமுறை சென்றது. ஆனால் அவன் வீடு பார்வைக்குத் தட்டுப்படவில்லை. காரில் ஏறி உட்கார்ந்தான். கார் பின்னால் நகர்ந்து முன்னே செல்ல ஆரம்பித்தது.

20

கார் சங்கரன் லாட்ஜ் முன்னால் போய் நின்றது ... தாமோதரன் கீழே இறங்கி சாலையில் நின்று பார்த்தான். அவன் அறைக் கதவு திறந்திருந்தது. மின் விசிறி சுழல்வது தெரிந்தது. அவன் இருக்கிறான்.

தாமோதரன் வேகமாக மாடிப்படிகள் ஏறி உள்ளே சென்றான். அறையில், சங்கரன் மல்லாந்து படுத்துத் தூங்கிக் கொண்டிருந்தான். பக்கத்தில் பத்திரிகை கிடந்தது. குனிந்து அதை எடுத்தான். பிறகு மணியைப் பார்த்தான். ஏழரை. இதுவரையில் என்ன தூக்கம்? ராத்திரி வெகு நேரங் கழித்து ஒருவேளை வந்து படுத்திருக்கலாம் என்று நினைத்துக்கொண்டான். பார்வை பேப்பரில் சென்றது. பக்கம் பக்கமாகப் புரட்டி, பேப்பரைப் பார்த்தான். இரண்டு நிமிஷத்திற்கு மேல் இவனால் பேப்பரை கையில் வைத்துக்கொண்டிருக்க முடிய வில்லை. பேப்பரை மடித்து ஜன்னல் விளிம்பில் வைத்துவிட்டு, எழுந்து நின்றான். மறுபடியும் பார்வை கைக் கடிகாரத்தின் மீது சென்றது. அப்புறம் குனிந்து, "சங்கர்... சங்கர்..." என்றான்.

சங்கரன் புரண்டு படுத்தான்.

"சங்கர்!" அவனைத் தொட்டு எழுப்பினான். சிறு சப்தத்துடன் துள்ளியெழுந்தான். கண்ணை விழித்து இவனைப் பார்த்ததும் ஆச்சரியப்பட்டது போல "நீயா" என்றான்.

"நல்ல தூக்கமா?"

"நீ எப்ப வந்த?"

"ராத்திரி படுக்க நேரமாகிடுச்சா?"

"கொஞ்சம் நேரம் ஆகிடுச்சி." சங்கரன் படுக்கையில் இருந்து எழுந்து லுங்கியை இடுப்பில் சுற்றிக்கொண்டு, ஜன்னல் பக்கம் திரும்பி, "ராமு ரெண்டு டீ" என்றான்.

"இப்பத்தான், வேணுகோபால் வீட்டுல காபி சாப்பிட்டுட்டு வாறேன்!"

"அவன் வீட்டுக்குப் போனியா? என்ன விசேஷம்?"

"விசேஷம் ஒண்ணும் இல்ல. ஞாயிற்றுக்கிழமை மத்தியானம், நீ நம்ப வேணு, ராமசாமி எல்லாம் என் வீட்டுக்கு வர்றீங்க. நம்ப பள்ளிக்கூடத்தை விட்ட அன்னக்கி, வேணுகோபால் ஒரு விருந்து கொடுத்தானே, அது மாதிரி நான் ஒரு விருந்து கொடுக்கறேன். அப்புறம் அன்னக்கி எடுத்துக் கிட்டது மாதிரி நம்ப நாலு பேரும் சேர்ந்து ஒரு போட்டோ எடுத்துக்கிறோம்!"

"நல்ல யோசனதான்."

"அதுக்குத்தான் முதல்ல வேணுவப் போய்ப் பார்த்தேன்."

"என்ன சொன்னான்?"

"நானே காலையில வந்து குடும்பத்தோட அழச்சிக் கிட்டுப் போறேன்னேன். அதெல்லாம் வேணாம், நானே வந்துடுறேன்னுட்டான்..."

"குடும்பத்தோடயா?"

"அதெ ஒண்ணும் சரியா சொல்லல!"

"சரி."

"ஏன், ஓயிப்பயெல்லாம் கூட்டிக்கிட்டு வர மாட்டானா?"

டீ வந்தது. சங்கரன் தன் இருக்கையில் இருந்து எழுந்து முன்னே போய் ஒரு டீ கிளாசை எடுத்து தாமோதரன் முன்னே நீட்டினான். இவன் டீயை கையில் வாங்கிக்கொண்டான்.

"எப்ப, ராமசாமியைப் பார்த்த?"

"அடுத்த நாளே பார்த்துட்டேன். ஆனா மனசுக்குத் தான் ரொம்ப கஷ்டமாக இருந்துச்சி. ஆனா அவன் ரொம்ப சந்தோஷமா இருக்கான். என்ன பார்த்ததும், அவனுக்கு தாளவே முடியல; அவ்வளவு சந்தோஷம். உன்னையும், வேணுவையும் மறக்காம நெனவுல வச்சிக்கிட்டுத்தான் இருக்கான்."

"நம்ப எல்லாம் ஆளுக்கு ஒரு மாதிரியா இருக்கோம்!"

"ராமசாமி பழைய மாதிரியே இருக்கான்."

"டீயை குடி." அவன் ஒரு பீடியை எடுத்துப் பற்ற வைத்தான்.

"வேணு ஓயிப், குழந்தைகள் எல்லாத்தையும் கூட்டி வராட்டாலும், தான் வந்துடுவான்னு நினைக்கறேன்."

தொலைந்து போனவர்கள் ❋ 155 ❋

"அதெல்லாம் வந்துடுவான்."

"நீ எப்ப வர்றே?" "மத்தியானமா!"

"ஏன், உனக்கு வேல இருக்கா?"

"நமக்கு வேலை இல்லாத நாளு ஏதாவது உண்டா?"

தாமோதரன் தலையை அசைத்து சிரித்தான்.

"வேணுவைப் பார்த்து சொல்லிட்டேன். ராமசாமி காலையிலேயே வந்துடுறதா சொல்லிட்டான். அப்புறம் நீ தான். பழைய காலம் மாதிரி, நம்ப எல்லாம் ஒண்ணா கூடுறோம். அன்னக்கிப் போட்ட காய்கறியெல்லாந்தான் போடப் போறேன். எல்லாம் அந்தக் காலம் மாதிரிதான் இருக்கப் போகுது."

"அப்ப எல்லாரையும் பழைய ஆளா ஆக்கிடு."

"நம்ப எப்போதும் பழைய ஆளுங்கதான். வயசு ஆகிட்டா அதெல்லாம் இல்லேன்னு போயிடுமா?"

அணைந்த பீடியை சங்கரன் மறுபடியும் கொளுத்தினான்.

"எனக்கு அதுல ஒரு சந்தோஷம் சங்கர்!"

"சொல்லு."

"இத்தனை வருஷத்துக்கு அப்புறம், நம்பயெல்லாம் இந்த வூருலேயே ஒண்ணா கூட நேர்ந்து இருக்குது பார்த்தியா. இத நான் எதிர்பார்க்கவே இல்ல. எல்லாம் உன்னாலதான்."

"என்னாலயா?"

"ஆமாம்... உன்ன ஊர்வலத்துல பார்க்கல என்றால், சாத்தியமா?"

"நீ சரியாதான் ஒண்ணு ஒண்ணையும் இணைக்கற. நீ எப்படி பெரிய மனுஷனாகி இருக்கறங்கறது இப்பதான் எனக்குப் புரியுது..."

"அதெல்லாம் கிடக்கட்டும். வேலை நிறுத்தம் என்ன ஆச்சு?"

"ஒருவழியா சரியா ஆகுது. இன்னும் பத்து நாட்களில் திறந்துடுவாங்க!"

"சரி, நீ குளிச்சிட்டு வா. நம்ப வெளியே போய் சாப்பிடுவோம்."

"இல்ல. ஒன்பது மணிக்கு நான் அம்பத்தூர் போகணும்... இப்ப வேற ஆளுங்க எல்லாம் வருவாங்க ஞாயிற்றுக்கிழமை தானே... நான் பத்து மணிக்கே வந்துடுறேன்... எனக்கு வேல ஒண்ணும் இல்ல!"

"நிஜமாதான் சொல்றியா?"

"உனக்கு எதுக்கு சந்தேகம்!"

"வேணு கூட, அப்படித்தான் சொன்னான்!"

"சரியா ஒன்பது மணி அடிக்கறப்ப, நான் உன் வீட்டு வாசலில் வந்து காலடி வைப்பேன்!"

தாமோதரன் நிமிர்ந்து பார்த்தான்.

"நிஜமா?"

"சரி." தாமோதரன் இருக்கையை விட்டு எழுந்தான்.

"நான், கண்டிப்பா வந்துடுவேன். அநேகமாக நானா தான் முதல் ஆளாகக்கூட இருப்பேன்" என்று சொல்லிக்கொண்டே இவன் கூடவே நடந்து வந்தான்.

படி இறங்கும்போது, கூட்டமாக ஐந்தாறு பேர்கள் மேலே ஏறி வந்தார்கள்.

"எங்க சங்கர், ரொம்ப தூரமா" என்றான் ஒருவன்.

"இல்ல. வாசல் வரைக்கும். மேல போய் ரூமில் உட்காருங்க. நண்பரை அனுப்பி வச்சிட்டு வர்றேன்" என்று இவன் கார் வரையில் வந்தான்.

தாமோதரன் காரில் ஏறி உட்கார்ந்தான்.

"நான் கண்டிப்பா வந்துடுவேன் தாமு!"

"சரி,"

"என்ன சரி?"

"நீ வர்றேன்னு சொன்னே, நான் சரியென்றேன் அதுதான்."

"வேணு ஏதாவது சொன்னானா?"

"வேணுவா ... அதெல்லாம் ஒண்ணும் சொல்லல."

"அவனுக்குப் பழக்க வழக்கமே தெரியாது. உன்ன ஏதோ சொல்லி இருக்கான்."

தாமோதரன் விசித்திரமாக அவனைப் பார்த்தான்.

"காலையிலே வந்துடுறேன். அப்ப பேசிக்கொள்ளலாம்!"

தாமோதரன் கார் புறப்பட்டது. கார் பார்வையில் இருந்து மறையும் வரையில் சங்கரன் நின்று கொண்டே இருந்தான். பிறகு ஒரு பீடியைப் பற்ற வைத்தபடி திரும்பி அறைக்கு வந்தான். அறையில் ஒரு பெரிய கூட்டம் இருந்தது. அவனுக்கு உட்கார இடம் இல்லை. ஒருவன் எழுந்து அவன் உட்கார இடம் கொடுத்தான்.

21

ஞாயிற்றுக்கிழமை. மணி ஒன்பது அடித்தது. தாமோதரன் மாடியில் வந்து நின்றான். பார்வை சாலையில் சென்றது. கார், பஸ் என்று வாகனங்கள் சென்றுகொண்டிருந்தன! இவன் அதையே பார்த்துக் கொண்டிருந்தான்.

மனத்தில் ஒரு காட்சி மாறியது! எப்போதும் இவன் பள்ளிக்கூடம் முன்னால் புறப்பட்டு விடுவான். வழியில் ராமசாமி வீடு! வாசலில் நின்று குரல் கொடுப்பான். ராமசாமி உடனே வர மாட்டான்! அவன் சாப்பிட்டுக்கொண்டோ, புத்தகத்தைத் தேடிக்கொண்டோ இருப்பான். ஆனால் இவன் கூப்பிட்டதும் வாசலுக்கு ஓடி வந்து "இரு இதோ வந்துடறேன்" என்று சொல்லிவிட்டு ஓடுவான். இவன் பார்வை வாசல் புளிய மரத்தின் மேலே இருக்கும்.

கொஞ்ச நேரங்கழித்து அவன் திரும்பி வருவான். வந்ததும் இவன் தோளில் கை வைத்து "வா, போகலாம்" என்பான். இரண்டு பேரும் ஒன்றாகச் செல்வார்கள்.

வழியில் வெட்டாறு; மழைக்காலத்தில் தண்ணீர் இரண்டு கரையையும் தொட்டுக்கொண்டு ஓடும். அப்பொழுது எல்லாம் இவர்கள் இரண்டு பேரும் மூங்கில் பாலத்தில் நின்று ஓடும் தண்ணீரையும் அதில் மிதந்து வரும் இலைகளையும் கிளைகளையும் வேடிக்கை பார்த்துக்கொண்டிருப்பார்கள். வடக்கில் இருந்து வேணுகோபால் வர வேண்டும். அவன் எப்பொழுதும் சரியான நேரத்திற்குத்தான் வருவான். வந்ததும், அவன்கூட ஓடுவதுபோல நடக்க வேண்டும். அப்படி நடக்கும் போதே சங்கரன் வந்து சேருவான். நாலு பேரும் கையை வீசி முன்னே செல்வார்கள். வகுப்பிற்குள் சென்றதும் மணி அடிக்கும். புத்தகப்பையை வகுப்பில் வைத்துவிட்டுத் திரும்பி இறைவணக்கத்திற்காக ஒன்றாக வருவார்கள்.

வேணுகோபால் உயரத்தில் சின்னவன். எனவே முன் வரிசையில் போய் நிற்பான். நடு இடம் சங்கரனுக்கு. ராமசாமிக்கும் தாமோதரனுக்கும் கடைசி இடம்.

இவன் பார்வை சாலையில் வெகு தூரம் சென்றது. அப்புறம் குறுகி, வாசல் கதவின் பக்கம் சென்றது. காவல்காரன், யாரிடமோ சப்தமாகப் பேசிக் கொண்டிருந்தான். யார் அது? வேணுகோபாலா! இவன் அவசர அவசரமாகக் கீழே இறங்கி வந்தான்.

வாசலில் ராமசாமி! அவனைப் பார்த்ததும் இவன் பரபரப்பு அடைந்தான். எவ்வளவு தூரத்தில் இருந்து வந்திருக்கிறான்! இவன் முன்னே சென்று, "வா, ராமு" என்றான்! இவன் குரலில் தென்பட்ட குழைவும் பாசமும் காவல்காரனை எச்சரிக்கை கொள்ள வைத்தது. அவன் பின்னால் ஒதுங்கி நின்றுகொண்டான். ஏதோ தவறு செய்து விட்டது போல அவனுக்குப்பட்டது.

இவன் ராமசாமி தோளில் கை போட்டுக்கிட்டு, "இடத்தைக் கண்டுபிடிக்கறது ஒண்ணும் கஷ்டமா இல்லியே" என்று கேட்டான்.

"எனக்கா? எனக்கு என்ன கஷ்டம், நான் ஊரெல்லாம் சுத்திய ஆள் இல்லியா?"

"ஆமாம்... ஆமாம்."

"இது உன் வீடா?"

"ஆமாம்."

"ரொம்ப நல்லாதான் இருக்கு! கட்ட ரொம்ப பணம் இருக்குமே!"

தாமோதரன் தலையை அசைத்தான்.

"வூடுன்னா . . . இப்படித்தான் இருக்கணும் . . . நான் மிலிட்டரியில இருந்தப்ப, பார்த்து இருக்கேன்! பெரியபெரிய ஆபீசரெல்லாம் இப்படிப்பட்ட வூட்டுலதான் இருப்பாங்க."

நாய் ஒருமுறை ராமசாமியை நிமிர்ந்து பார்த்தது. கையைச் சொடுக்கி அதை அருகில் அழைத்தான். அது அசையாமல் அவனையே பார்த்துக்கொண்டிருந்தது.

"டைகர்" தாமோதரன் குரல் கொடுத்தான். அது பக்கத்தில் வந்து இவன் கால்மாட்டில் உட்கார்ந்தது.

"உலகத்திலேயே உயர்ந்த ஜீவராசியின்னா நாயத்தான் சொல்லணும். அதுக்கு ஈடா சொல்ல என்ன இருக்கு?"

இவன் தலையை அசைத்தான்.

"நம்பக் கிட்ட ஒரு நாய் இருக்கு. அதுக்கிட்ட கட்டின பெண்டாட்டி; பெத்த புள்ளயெல்லாம் என்ன செய்ய முடியும்... வாய்தான் இல்ல... அவ்வளவுதான்... இப்ப, பஸ் ஸ்டாண்ட் வரைக்கும்கூடவே வந்துச்சி.... பஸ் புறப்பட்ற வரைக்கும் அங்கேயே இருந்துச்சி..." ராமசாமி பறந்த வேட்டியை இழுத்து விட்டுக்கொண்டான்.

"இப்ப என்ன சாப்பிடுற! காபி... டீயா... இல்ல டிபன் சாப்பிடுறியா!"

"ஒரு டீ கொடு."

தாமோதரன் எழுந்து உள்ளே சென்றான்.

இவன் இருக்கையை விட்டு எழுந்தான். சுவர் பக்கம் சென்றான். கண்ணாடி சட்டம் போட்டு மாட்டி இருக்கும் படங்களைப் பார்த்துக்கொண்டே காலடி எடுத்து வைத்தான். படங்களைப் பார்க்கப் பார்க்க அவனுக்கு ஆச்சரியமாகியது. ஏதோ பட்டாளத்து ஆபீசர் வீட்டில் இருப்பதுபோல இருந்தது. மெதுவாக சப்தம் இல்லாமல், ஒவ்வொரு அடியாகக் காலடி எடுத்து வைத்து நடந்தான்.

சின்ன வயதில் இவர்கள் எடுத்துக்கொண்ட படத்தின் அருகே வந்ததும் அப்படியே நின்றான். அது தன் படம் தானா... பக்கத்தில் நிற்பது யார்? தாமோதரனா? உட்கார்ந்து இருப்பது... அவன் யோசித்தான். வேணுகோபால்... சங்கரன் போலத்தான் இருந்தது. அவர்கள் தானா? அவனால் தீர்மானிக்க முடியவில்லை. இன்னொரு முறை பார்த்தான். அப்படித்தான் இருந்தது.

தாமோதரன் உள்ளே இருந்து வந்தான். "இங்க வா... இது யார் படம்?"

"சொல்லு பார்க்கலாம்... யார் படம்?"

"ஒன்னு நான்... இன்னொன்னு நீ. அப்புறம் வேணு... சங்கரன் மாதிரி இருக்குது... என்னால சரியா அடையாளம் கண்டுக்க முடியல!"

"நல்லா பாரு. அடையாளம் தெரியும்."

"அப்படித்தான் இருக்குது."

"எப்படி?"

"நீ சொல்லு!"

சா. கந்தசாமி

சமையல்காரி பெரிய தட்டில் இரண்டு கப் டீ கொண்டு வந்தாள்.

"முதல்ல டீ சாப்பிடு,"

ராமசாமி வந்து டீயை தட்டில் இருந்து கையில் எடுத்துக் கொண்டு குடிக்க ஆரம்பித்தான்.

"ராமு உட்கார்ந்து டீயைக் குடி."

"ஆமாம்." அவன் அவசர அவசரமாக சோபாவில் உட்கார்ந்தான். உட்கார்ந்த வேகத்தில் கப்பில் இருந்த டீ அவன் வெள்ளைச் சட்டையில் சிந்தியது. டீயை ட்ரேயில் வைத்து விட்டு, மேல் சட்டைப் பையில் இருந்து அழுக்கு கைக்குட்டையை எடுத்து அதை அழுத்தித் துடைத்தான்.

"அது போகாது. . . டீயைக் குடி."

"டீ கற! துவச்சா போயிடும்!" அவன் டீயைக் கையில் எடுத்துக் கொண்டு அவசர அவசரமாகக் குடித்தான். அப்புறம் கப்பை டக்கென்று ட்ரேயில் வைத்துவிட்டு "உன் சம்சாரம் டீயைக் கொடுத்துட்டு உடனே போயிடுச்சி. . . அது முகத்தைக்கூட நான் சரியா பார்க்கல" என்றான்.

"அது சம்சாரம் இல்ல. அது உள்ள இருக்கு... இப்ப வரும்."

"சம்சாரம் அது இல்லியா... டீ கொடுத்ததும் சம்சாரமென்னு நெனச்சிட்டேன்... சம்சாரம் உள்ளயா இருக்கு?"

இவன் மனைவி உள்ளே இருந்து சலங்கை ஒலிக்க டக் டக் கென்று வெளியே வந்தாள். முகத்தில் புன்னகை. ஆனந்தம், தனக்கு பேச்சே வராது என்ற நினைப்பே இன்றி இவன் பக்கத்தில் வந்து, ராமசாமியைப் பார்த்து கை குவித்து வணக்கம் தெரிவித்தாள். அவன் டீ கப்பை ட்ரேயில் வைத்துவிட்டு எழுந்து, "வணக்கம்" என்றான். அப்புறம் இவன் பக்கம் திரும்பி "நானும் தாமுவும் ரொம்ப சிநேகிதம்! அப்பயெல்லாம் ஒண்ணாதான் இருப்போம்; பரிட்சையில பெயிலா போனதும், மிலிட்டரியில சேர ஓடினோம். ஆனா இவன எடுத்துக்கல . . . அது, இப்ப நல்லதுக்குத் தான்னு படுது. மிலிட்டரியில சேர்ந்து இருந்தா இப்ப என்ன மாதிரி தான் ஆகி இருப்பான்" என்றான்.

அவள் தலையசைத்தாள். தன் கணவனைத் திரும்பிப் பார்த்தாள்.

"ராமு, டீயைக் குடி."

அவன் உட்கார்ந்து டீயை எடுத்துக் கடகடவென்று குடித்துவிட்டு, "டீ, ரொம்ப நல்லா இருக்குது, வடக்கில குடிக்கற டீ மாதிரி இருக்குது" என்றான்.

"அது நம்ப சமையல்காரி போட்டது,"

தாமோதரன் இருக்கையில் இருந்து எழுந்தான். அவன் கூடவே அவன் மனைவியும் எழுந்தாள்.

"என்ன எங்க ரெண்டு பேரும் புறப்பட்டுட்டீங்க... எதுக்கு உன் சம்சாரம் பேச மாட்டேங்குது" என்றான்.

"இரு இதோ வந்துடுறேன்!"

"எத்தனை குழந்தைங்க? எங்க. ஒண்ணுத்தையும் காணோம்! அதுங்களுக்கு நான் ரெண்டு பிஸ்கெட் பொட்டலம் வாங்கியாந்து இருக்கேன்." பையில் கைவிட்டு பிஸ்கெட்டை வெளியில் எடுத்தான்.

"இருக்கட்டும்... இதோ வந்துடுறேன்." தோளில் கை போட்டு மனைவியை அணைத்துக் கொண்டு உள்ளே சென்றான். அவனுக்கு வெட்கமாக இருந்தது. தலையைக் குனிந்துகொண்டான்.

பூனைகள் குறுக்காக நடந்து சென்றன.

தாமோதரன் திரும்பி வந்தான்.

"ராமு, வா மேல போகலாம்!"

"உனக்குப் பிள்ளைங்க இல்ல?" ராமசாமி கையில் பையை எடுத்துக்கொண்டு எழுந்து நின்றான்.

"இல்ல!"

"கல்யாணம் எப்ப ஆச்சு? ஏன் புள்ள இல்ல?"

"வா... நம்ப மேல போகலாம், நல்லா உட்கார்ந்து பேசலாம்."

தாமோதரன் முன்னே செல்ல, அவன் பின்னால் நடந்து சென்றான்.

பெரிய அறையில், சோபாவில் ஜன்னல் பக்கமாக உட்கார்ந்தான். அது சற்று முன்னே உட்கார்ந்திருந்த அறையை விட நேர்த்தியாக இருந்தது. அது மாதிரி இன்னும் எவ்வளவு அறைகள் வைத்துக்கொண்டிருக்கிறானோ என்று நினைத்தான். கூடவே பயமாகவும் இருந்தது. கூச்சமுற்றான். என்ன செய்வது என்று தெரியவில்லை. தாமோதரன் ஒரு பெரிய ஜெனரல் மாதிரி, பெரிய முதலாளி மாதிரி இருப்பதுபோல இருந்தது. மெதுவாகத் தலையை உயர்த்திப் பார்த்தான்.

“சொல்லு” என்றான் தாமோதரன்,

அவன் தலையை அசைத்தான். என்ன சொல்வது? என்ன பேசுவது? பயமாக இருந்தது.

“வேணுவும் சங்கரும் வருவாங்க இல்ல?”

இவன் கையைத் திருப்பிக் கடிகாரத்தைப் பார்த்தான். மணி பத்தரையை எட்டிக்கொண்டிருந்தது.

“இப்ப வந்துருவாங்க. வர நேரந்தான்!”

“எல்லாரும் வந்துட்டா, பழய காலமே திரும்பி வந்துட்டது மாதிரி இருக்கும் இல்ல! நம்ப எல்லாம் எத்தனை வருஷத்துக்கு அப்புறம் ஒன்னா கூடுறோம்! நம்ப எல்லாம், ஒண்ணா கூடுவோமென்னு நினைக்கவே இல்ல. உன்ன பார்த்ததும் எனக்கு ஒண்ணுமே புரியல!”

“நானுந்தான்!”

“உனக்கு எல்லாரையும் நினைவு இருக்கு பாரேன்! உன்ன எனக்கு நினைவே இல்ல!”

“அதுக்கென்ன?”

“வேணு அப்படி இல்ல. அவனுக்கு ஒன்னையும் என்னையும் நினைவுல இருக்கும். அவன் எப்ப வர்றேன்னான்?”

“இப்ப, பத்து பத்தரை மணிக்கு குடும்பத்தோட வர்றேன்னான்.”

“குடும்பத்தோடேயா? மேரிகூட வர்றேன்னா! நான் தான் அடெ இரு; முதல்ல நான் போய் பார்த்துட்டு வர்றேன். அப்பால உன்னக் கூட்டிக்கிட்டுப் போறேன்னு சொல்லிட்டு வந்தேன்.”

“ஏன், கூட்டிக்கிட்டு வர்றதுதானே!”

“நீ கூப்பிடாம, நான் கூட்டியாறது சரியா?”

“உன்னக் கூப்பிட்டா, உன் ஒய்ப்பயும் கூப்பிடுறது மாதிரிதானே... நான் வேற தனியா கூப்பிடணுமா...”

“சரி அதெ விடு. அந்தக் கழிசடைய இங்கயெல்லாம் கூட்டியாறக் கூடாது! யார எங்க கூட்டிக்கிட்டுப் போறது இன்னு இல்லியா? நீ கூப்பிட்டு இருந்தாகூட நான் கூட்டியாற மாட்டேன்... சரி அதெ விடு. . . உன் ஒயிப் சரியா பேசாதா... பார்த்தா ஊமை மாதிரி இருக்கே!”

“ஆமாம்.”

"என்ன ஆமாம் ஊமையா?"

"அதான்."

"அடப் பாவமே! ஊமையவா கட்டிக்கிட்டு இருக்க!" ராமசாமி ஆச்சரியத்தோடு இவனைப் பார்த்தான். இவனுக்கு என்ன சொல்வது என்று தெரியவில்லை. சோபாவில் இருந்து எழுந்து ஜன்னல் பக்கம் சென்றான். மணி பதினொன்று அடித்தது.

"வேணு பத்தரை மணிக்கு வர்றேன்னு சொன்னான்" என்றான் சாலையைப் பார்த்துக் கொண்டே.

"சொன்னா வந்துடுவான்."

தாமோதரன் திரும்பிச் சென்று பிரிட்ஜைத் திறந்து ஒரு பெரிய புட்டியை மேசைமீது வைத்தான்.

"அடெடே... இதெல்லாம் வூட்டிலேயே வச்சிருக்கிறியா... அப்ப... நீ பெரிய ஆளுதான்" என்றான்.

இவன் இரண்டு கிளாசை எடுத்து மேசைமீது வைத்தான். புட்டியைத் திறந்து மதுவை ஊற்றினான். கால் கிளாஸ் நிரம்பியதும், புட்டியைக் கீழே வைத்தான். கொஞ்சம் சோடா ஊற்றினான்.

ராமசாமி ஒரு கிளாசைக் கையில் எடுத்துக்கொண்டு, "நீ என்ன ரொம்ப நாளா குடிக்கிறியா?" என்று கேட்டான்.

"இல்ல."

"அதான்." அவன் கிளாசை எடுத்து இரண்டே வாயில் குடித்துவிட்டு டக்கென்று கீழே வைத்தான். அப்புறம் வாயைப் புறங்கையால் துடைத்துக்கொண்டு, "அவுங்க ரெண்டு பேரும் ஒன்னா வரலாம்" என்றான்.

இவன் தலையசைத்தான்.

"நீ குடிக்கல."

"மெதுவாதான் குடிக்கறது."

"நமக்கு அதெல்லாம் சரிப்படாது குடியின்னா குடி. மொடாக் குடிதான். இங்க இன்னும் கொஞ்சம் ஊத்து."

தாமோதரன் பாட்டிலை அவன் பக்கமாகத் தள்ளி வைத்தான். அவன் எழுந்து நின்று புட்டியைச் சாய்த்து தனது கிளாஸ் நிறைய ஊற்றிக்கொண்டு குடிக்க ஆரம்பித்தான். இவனுக்கு அவன் குடிக்கும் வேகம் ஆச்சரியமாக இருந்தது.

பல குடிகாரர்களை இவன் பார்த்து இருக்கிறான்; அவர்களோடு உட்கார்ந்து ஒன்றாகக் குடித்து இருக்கிறான். ஆனால் அவர்களில் யாரும் ராமசாமி போல் குடித்ததில்லை என்று பட்டது. கால் மேல் கால் போட்டுக் கையைக் கட்டிக்கொண்டு அவனையே பார்த்துக் கொண்டிருந்தான். கொஞ்ச நேரத்திற்கு மேல் உட்கார்ந்திருக்க முடியவில்லை. எழுந்தான்.

"எங்க புறப்பட்டுட்ட ?"

"நீ இரு. செத்த கீழே போயிட்டு வர்றேன் !"

இவன் கீழே இறங்கினான். மணி பதினொன்றை அடித்தது.

சோபாவில் உட்கார்ந்தான். டைகர் இவன் பக்கமாக வந்து நின்றது. இவன் ஒருமுறை கண்களை மூடித் திறந்தான். இரண்டு பேருக்கும் என்ன ஆகிவிட்டது? ஏன் வரவில்லை? பத்தரை மணிக்கெல்லாம் வருவதாகச் சொல்லி இருந்த வேணு பதினொன்னறையாகியும் வராமல் இருப்பது ஏன்? இவனுக்குக் குழப்பமாக இருந்தது. ஒரு வேளை பஸ் கிடைக்காமல் இருக்கலாம் என்று சொல்லிக்கொண்டான்.

சரி, அவன் குடும்பத்தோடு வர வேண்டும். புறப்படுவதில் தாமதம் ஏற்பட்டு இருக்கலாம். அதனால் தாமதமாகலாம். சங்கரனுக்கு என்ன? அவன் ஏன் வரவில்லை? உட்கார்ந்து இருக்க முடியவில்லை. எழுந்து நின்றான்.

சமையல்கார அம்மாள் உள்ளே இருந்து மெதுவாக வெளியே வந்தாள். இவன் பக்கம் தயங்கி நின்றாள்.

"என்ன?" வழக்கம் போல் இல்லாமல் இவன் குரல் மாறி அதட்டுவதுபோல இருந்தது.

"சாப்பாடு எல்லாம் தயாரா இருக்குது."

"அதுக்கென்ன இப்ப ?"

அவள் பயந்து போனாள். என்ன பதில் சொல்வது என்று தெரியவில்லை. கொஞ்ச நேரம் அப்படியே நின்றுகொண்டே இருந்தாள். பிறகு சப்தமே இல்லாமல் திரும்பிச் சென்றாள்.

தாமோதரன் சோபாவில் உட்கார்ந்தான். ஒருமுறை கண்களை மூடிக்கொண்டு யோசித்தான். அப்புறம் எழுந்து அறைக்குச் சென்றான். அவள் காமிக் புத்தகம் ஒன்றைப் புரட்டிக் கொண்டு இருந்தாள். இவனைப் பார்த்ததும், புத்தகத்தைப் படுக்கையில் போட்டுவிட்டு எழுந்தாள். வேண்டாமென்று இவன் கை அமர்த்தினான். ஆனால் அவள் கேட்கவில்லை.

எழுந்து படுக்கையில் உட்கார்ந்துகொண்டு 'சிநேகிதர்கள் எல்லாம் வந்து விட்டார்களா?' என்று சைகையில் கேட்டாள்.

இவன் தலையசைத்தான்.

அவள் கடிகாரத்தைப் பார்த்தாள். மணி பன்னிரண்டாகிக் கொண்டு இருந்தது. நேரம் ஆகிவிட்டதே, ஏன் வரவில்லை என்று சைகையால் கேட்டாள். இப்போது வந்து விடுவார்கள். வருகின்ற நேரந்தான் என்று சைகையாலேயே இவனும் பதில் சொல்லிவிட்டு எழுந்து வெளியே வந்தான்.

வாசல் கதவு திறக்கப்படும் சப்தம் கேடடது. தலையை நீட்டிப் பார்த்தான். போஸ்ட்மேன் தபால்களைக்கொண்டு வந்தான். வாங்கிப் பார்த்தான். ஒன்றும் பிரிக்கும்படியாக இல்லை. மேசைமீது வைத்து விட்டு சோபாவில் உட்கார்ந்தான்.

மணி பன்னிரண்டரை அடித்தது. பூனைக் குட்டிகள் துள்ளிப் பாய்ந்து ஒரு அறையில் இருந்து இன்னொரு அறைக்குச் சென்றன. கொஞ்ச நேரம் அதையே பார்த்துக்கொண்டு இருந்தான். பூனைகள் மறைந்ததும் இனி என்ன செய்வது என்று யோசித்தான்.

ஏன் இவர்கள் வரவில்லை? சங்கரன் வரக் கூடியவன் தானே! ஏன் வராமல் இருக்கிறான்?

காரை எடுத்துக்கொண்டு போய்ப் பார்த்துவிட்டு வரலாம் என்று பட்டது. அதுதான் நல்ல யோசனை! அதனை, முன்னாலேயே செய்து இருக்க வேண்டும். வருவார்கள், வருவார்கள் என்று காத்துக்கொண்டு இருந்தது தவறு என்று தனக்குத்தானே சொல்லிக்கொண்டு கார் சாவி எடுக்க மேலே செல்ல அடியெடுத்து வைத்தான்.

"தாமு" என்று கூப்பிட்டுக்கொண்டே ராமசாமி கீழே இறங்கி வந்தான். வரும்போதே ஆடிக்கொண்டு வந்தான். நிறைய குடித்துத்தான் இருக்கிறான். முழு புட்டியையும் காலி பண்ணி இருப்பானோ?

"இன்னும் அவனுங்க வரல தாமு?"

"இல்ல."

"இனிமே வர மாட்டானுங்க, நீ எங்கப் புறப்பட்டுட்ட உட்கார்!" இவனை இழுத்து சோபாவில் உட்கார வைத்து விட்டு, அவனும் பக்கத்தில் உட்கார்ந்துகொண்டான். இவன் பார்வை அவன் முகத்தில் இருந்து விலகி வாசல் பக்கம் சென்றது.

“தாமு, அவனுங்க ரெண்டு பேருந்தான் சிநேகிதம். எப்பவும் நம்பக்கூட ஒட்ட மாட்டானுங்க. அந்தப் போட்டோவில கூடப் பாத்தியா? ரெண்டு பேரும் உட்கார்ந்துக்கிட்டு இருக்கிறானுங்க. நம்ப நிக்கறோம்!”

தாமோதரன் எழுந்து போட்டோ பக்கம் சென்றான். இவனும் கூடவே வந்தான். நடை கொஞ்சம் தள்ளாடியது. இவன் தோளில் கை வைத்து, “பாத்தியா! எப்படி குந்தி இருக்கிறானுங்க... எப்பவும் அவனுங்க ரெண்டு பேருந்தான் சிநேகிதம்... அதுனாலதான் நீ கூப்பிட்டதுக்கும் கூட வர்ல!”

இவன் போட்டோவையே பார்த்துக்கொண்டிருந்தான். வேணுகோபால் நேரே பார்த்துக்கொண்டிருக்கிறான்; சங்கரன் தலை சற்றே சாய்ந்து இருக்கிறது.

“நீயும் நானுந்தான் தாமு எப்பவும் ஒண்ணு. அதுனால தான் நீ வான்னதும், நான் வந்துட்டேன். ஆபீஸ்க்கு மட்டம். போனதும் மெமோ வரும்... ஆனா, நான் அதெல்லாம் பார்க்கல. சிநேகிதனுக்கு முன்ன அதெல்லாம் பார்க்க முடியுமா?”

ராமசாமி சளசளவென்று பேசுவது இவனுக்கு எரிச்சலாக இருந்தது. அவன் கையைத் தோளில் இருந்து உதறிவிட்டான்.

“சோறு இருக்கா? போடு. இனிமே அவனுங்க வர மாட்டானுங்க.”

மணி ஒன்று அடித்தது.

“பார்த்தியா! நான் சொல்லுறது சரியின்னு மணி அடிக்குது.” ராமசாமி தடுமாறிக்கொண்டே வந்து இவன் தோளில் கைப் போட்டான்.

“ச்சீ வாய மூடு!”

ராமசாமி மிரண்டு பின் வாங்கி நின்று இவனைப் பார்த்து ஒரு சிரிப்பு சிரித்தான்.

உள்ளே இருந்து தாமோதரன் மனைவி மெட்டியும் கொலுசும் ஒலிக்க அடியெடுத்து வைத்து வெளியே வந்தாள்.

●